베트남 대중가요 20곡 가사해설

베트남 대중가요 20곡 가사해설

발 행 | 2024년 7월 4일
저 자 | 김형진
펴낸이 | 한건희
펴낸곳 | 주식회사 부크크
출판사등록 | 2014.07.15.(제2014-16호)
주 소 | 서울특별시 금천구 가산디지털1로 119 SK트윈타워 A동 305호
전 화 | 1670-8316
이메일 | info@bookk.co.kr

ISBN | 979-11-410-9221-4

www.bookk.co.kr

베트남 대중가요 20곡 가사 해설

김형진 지음

CONTENT

1 Quốc ca của nước Cộng hòa Xã hội Chủ nghĩa Việt Nam
國歌貼渃共和社會主義越南
進軍歌 / 띠언꾸언까 / 진군가 — 12

2 Em Gái Mưa
㛪妸湄
앰가이므어 / 비 내리는 날 소녀 — 15

3 Chiều hôm ấy
嘲顈衣
찌에우 홈 어이 / 그날 오후 — 20

4 Nhớ Về Hà Nội
忞術河內
녀붸하노이 / 하노이를 기억하세요 — 27

5 Vì anh thương em
為㛪傷㛪
비 아잉 트엉 앰 / 나 널 사랑하기에 — 38

6 Tình ca của người mất trí
情歌貼𠊛𠅤智
띤 까 꾸어 응어이 멋찌 / 광인의 사랑노래 — 45

7 Duyên Phận
緣分
쥬엔 펀 / 인연 — 50

8 Ánh Nắng Của Anh
映曠貼㛪
아잉낭 꾸어 아잉 / 나의 햇살 — 57

9 Em Đồng Ý Nha
㛪同意
앰 동이 냐 / 너 허락하니 — 64

4

10	Không yêu đừng gây thương nhớ 空㥋停 咳傷㤕 콩이에우 등거이트엉녀 사랑하지 않으면 슬프게하지마	70
11	Người Ấy 得衣 응으이 어이/ 그 사람	80
12	Thất Tình 失情 텃띵/ 실연	89
13	Xin Chào Việt Nam 吀嘲越南 씬짜오 뷔엣남/ 베트남 안녕	99
14	Hơn Cả Yêu 欣哿㥋 헌까이에우/ 사랑보다 더	108
15	Bông hoa đẹp nhất 芃葩㦗一 봉호아댑녓/ 제일 예쁜 꽃	115
16	Cũng đành thôi 拱停催 꿍 다잉 토이/그렇게 할게	127
17	Anh đợi em được không 俟待㛪得空 아잉도이앰드억콩/오빠 날 기다릴거죠	137
18	Cuộc sống em ổn không 局𤯩㛪稳空 꾸옥쏭온콩/ 너 잘지내니	147
19	Đừng Như Thói Quen 停如退慣 등녀토이퀜/ 버릇처럼하지마	153
20	Ai Là Người Thương Em 埃罗𠊛傷㛪 아이라응어이트엉앰/널 사랑하는사람	164

베트남 한자 쯔놈의 이해

고려, 조선시대와 마찬가지로 베트남에서도 1095년~1919년까지 한문과거제도가 유지되었다. 프랑스의 인도차이나 반도 석권, 식민화의 역사와 더불어 한자문화의 전통은 소실되고 베트남어는 로마자표기법으로 완전히 변모하여 일상생활에서 접하는 베트남 어문은 알파벳에 성조 기호가 첨기된 형태로 되어있어 일견 매우 난해하다.

베트남어문은 한국과 마찬가지로 순 베트남 말과 한자어가 병용되고 있는 바, 일상생활에서는 순 베트남 말이, 공적 분야에서는 한자어가 훨씬 더 많이 쓰이고 있다. 정치, 학술, 행정, 군사, 의료, 경제 경영 각 분야의 문서는 비록 로마자 표기임에도 불구하고 그 내용은 거의 대부분 한자의 표의(表意)에 기반하는 것이다. 현대 베트남어문의 60~70%는 한자의 표의에 기반하고 있다고 알려져있다.

이 책은 한자와 베트남 고유한자(쯔놈_字喃), 순 베트남 말을 활용하여 현대 베트남 대중가요 가사를 해설한 것이다. 알파벳 표기의 베트남어에 이들 문자를 1:1 대입할 수 있으므로, 로마자로 표기된 베트남어의 의미를 보다 직관적으로 이해할 수 있다고 생각한다.

❍쯔놈 字喃_chữ nôm 이란 무엇인가?
베트남어를 표기하기 위해 만들어진 베트남의 고유한 표어 문자이다.

13세기에서 20세기까지 사용되었고, 떠이선 왕조때 공식문자로 지정되기도 했다. 그러나 베트남이 서구 열강의 영향을 받은 이후에 라틴 문자 표기법인 쯔꾸억응으(字國語)가 만들어지고 프랑스 식민 치하에서 쯔꾸억응으가 보급되면서 너무 글자수가 많고 어렵던 쯔놈은 급속히 사장되어 쯔놈은 현재는 거의 사용되지 않는다.

쯔놈은 독자 문자는 아니며 한자의 확장형에 가깝다. 회의, 형성, 가차 등 한자의 기본 구성 원리를 그대로 사용하여 베트남어 고유의 단어를 표기하는 글자를 새로 만든 것이다. 또한 몇몇 글자는 기존의 한자를 그대로 들여와 쓰기도 하였다. 한국과 일본에도 제각각 고유 한자가 있고 중국 역시 지역마다 지역 방언을 옮겨 쓰기 위한 지역의 고유 한자가 있는데 이것의 스케일이 더 커진 것이라고 생각할 수도 있다.

쯔놈은 베트남 고유의 글자를 뜻하는 말이며, 중국에서 건너온 일반적인 한자는 그냥 한뜨(Hán Tự 漢字), 그것을 글로 만들어 '한문'으로 쓴 것은 쯔뇨(Chữ Nho 字儒)라고 하며 한자와 쯔놈을 함께 사용하여 베트남어 고유의 문장을 표기한 것은 한놈(Hán Nôm 漢喃)이라고 한다. 또, 이러한 한자 어휘들을 묶어서 한월어(Từ Hán-Việt)라고 부른다.
다음이 쯔놈의 대표적 예시이다.

쯔놈	소리값	뜻	원리
𡗶	trời	하늘	天+上으로 만들어진 회의자
𠀧	ba	셋	巴(소리)+三(뜻) 형성자
𧘇	ấy	그	소리가 비슷한 衣에서
𠓢	làm	하다	뜻이 같은 爲에서 아랫부분을 없앰

(출처: 위키피디아)

○ 베트남어 발음

문자	명칭	발음	문자	명칭	발음
A	a	아	N	en-nờ	너
Ă	á	아	O	o	오
Â	ớ	어	Ô	ô	오
B	bê	버	Ơ	ơ	어
C	xê	꺼	P	pê	퍼
D	dê	저	Q	cu	꿔
Đ	đê	더	R	e-rờ	러
E	e	애	S	ét-sì	서
Ê	ê	에	T	tê	떠
G	giê	거	U	u	우
H	hát	히	Ư	ư	으
I	i ngắn	이	V	vê	버
K	ca	까	X	ích-xì	써
L	e-lờ	러	Y	i dài	이
M	em-mờ	머			

문자	발음	설명
a	아	'아' 주둥이 크게 벌림
ă	아	짧은 '아'
â	어	짧은 '어'
e	애	약한 톤 '애'
ê	에	강한 톤 '에'
i	이	짧은 '이'
y	이	긴 '이'
o	오	'오'와 '아' 중간
ô	오	주둥이 둥근 '오'
ơ	어	'어' ('오' 아님)
u	우	우
ư	으	'으' ('우' 아님)

문자	예	발음
ai /아이/	hai	하이
ia /이어/	thìa	티어
iê /이에/	riêng	지엥
oa /오아/	hoa	호아

9

oă /오아/	hoặc	호악
oe /오애/	toe	또애
ua /우어/	mua	무어
uâ /우어/	tuân	뚜언
uê /우에/	quê	꾸에
uô /우오/	uống	우옹
uy /우이/	huy	후이
ưa /으어/	mưa	므어
ươ /으어/	mượn	므언
ươi /으어이/	người	응어이
uyê /우이에/	thuyền	투이엔

❍베트남어 성조

1. Dâu Không 저우 콩 (평성)

표시	발음법	표시 례
없음	꺾임 없는 평상음, 약간 높은 '솔'	Ma

2. Dâu Săc 저우 싹 (올림)

표시	발음법	표시 례
á	낮은 음에서 높은 음으로	Má

3. Dâu Huyên 저우 후엔 (내림)

표시	발음법	표시 례
à	중간음 에서 낮은 음으로	Mà

4. Dâu Hoi 저우 호이 (반 물결)

표시	발음법	표시 례
ả	중간음 >낮은음 >중간음 으로	Mả

5. Dâu Nga 저우 응아 (온 물결)

표시	발음법	표시 례
ã	중간에서 짧게, 더 높은음에서 짧게	Mã

6. Dâu Năng 저우 낭 (바로 직하)

표기	발음법	표시 례
ạ	가장 낮은 음에서 떨어지듯	Mạ

1 Quốc ca của nước Cộng hòa Xã hội Chủ nghĩa Việt Nam

國歌貼渃共和社會主義越南

進軍歌 /띠 언 꾸 언 까/진 군 가

Đoàn quân Việt Nam đi
團 軍 越 南 趍
돤 꿘 뷔엣 남 디
베트남 군대여, 전진하자

đoàn quân 團軍 돤 꾸언/군대

Chung lòng cứu quốc
鐘 𢚸 求 國
쭝 롱 끄우 꾸억
구국 일념 하나로 단결하라

chung 鐘 쭝/모으다
lòng 𢚸 롱/마음
cứu quốc求國 끄우꾸억/구국

Bước chân dồn vang trên đường gập ghềnh xa
𨀈 蹎 扽 ⿰口榮 𨕭 塘 岌 ⿰山京 柁
브억 쩐 존 방 쩬 드엉 겁 겡 싸
바쁜 행군 소리 머나먼 험로 위에 울려 퍼지네

bước chân 𨀈蹎 브억 쩐/발걸음
dồn 扽 돈/몰려가다
vang ⿰口榮 방/울려퍼지다
trên 𨕭 쩬/ ~위에
đường 塘 드엉/길
gập ghềnh 岌⿰山京 갑 껭/험준한
xa 柁 싸/먼, 멀리

Cờ in máu chiến thắng mang hồn nước
棋 印 ⿱卯弗 戰 勝 芒 魂 渃
꺼 인 마우 찌엔 탕 망 혼 느억

피로 물든 승리의 깃발에 조국의 혼 깃들고

> cờ 棋 꺼/깃발
> in máu 印弗 인 마우/피로 물든
> chiến thắng 戰勝 찌엔 탕/승리
> mang 芒 망/나르다
> hồn nước 魂渃 혼 느억/나라의 혼

Súng ngoài xa chen khúc quân hành ca
銃　外　柁　拯　曲　軍　行　歌
쑹　응오와이　싸　쩬　쿡　꿘　하잉　까
저 멀리 총성 우리 행진곡으로 밀려 드누나

> súng 銃 숭/총
> ngoài xa 外柁 응오아이 싸/저 먼 곳
> chen 拯 쩬/떠 밀려들다
> khúc quân hành ca. 曲軍行歌 쿡꿘하잉까/행진곡

Đường vinh quang xây xác quân thù
塘　荣　光　磋　觲　軍　讎
드엉　빙　꽝　써이　싹　꿘　투
영광의 길은 적의 사체로 쌓여있노라

> vinh quang 荣光 빙 꽝/영광
> xây 磋 써이/쌓다
> xác 觲 싹/사체
> quân thù 軍讎 꾸언 투/원수

Thắng gian lao cùng nhau lập chiến khu
勝　艱　勞　共　憢　立　戰　區
탕　쟌　라오　꿍　냐우　럽　찌엔　쿠
모든 고난을 극복하고, 함께 기지를 만들자

> thắng 勝 탕/이기다
> gian lao 艱勞 쟌 라오/고난
> cùng nhau 共憢 꿍 냐우/함께
> lập 立 럽/세우다
> chiến khu 戰區 찌엔 쿠/기지

Vì nhân dân chiến đấu không ngừng
為 人 民 戰 鬪 空 凝
비 년 전 찌엔 더우 콩 응응
인민을 위한 전투는 그침이 없다

nhân dân 人民 년 전/인민
chiến đấu 戰鬪 찌엔 더우/전투
không ngừng 空凝 콩 응응/그침 없다

Tiến mau ra sa trường
進 蟊 朏 沙下 塲
띠언 마우 자 싸 쯔엉
자 빨리 전장에 나가 서자

mau 蟊 마우/재빠른
ra 朏 자/나가다
sa trường 沙下塲 싸 쯔엉/전장

Tiến lên, cùng tiến lên
進 蓮, 共 進 蓮
띠언 렌, 꿍 띠언 렌
전진 앞으로! 모두 전진 앞으로!

tiến lên 進蓮 띠언 렌/전진

Nước non Việt Nam ta vững bền
渃 嫩 越 南 摅 凭 紣
느억 논 비엣 남 따 붕 벤
우리 베트남 산하는 영원하리라

nước non 渃嫩 느억 논/산하
ta 摅 따/우리
vững bền 凭紣 붕 벤/확고한

2 Em Gái Mưa
俺妳湄
앰가이므어 / 비 내리는 날 소녀

가수: Hương Tràm 香櫃

Mưa trôi cả bầu trời nắng
霤 潘 奇 瓢 歪 曬
므어 쪼이 까 버우 쩌이 낭

trượt theo những nỗi buồn
跌 蹺 仍 餒 惼
쯔엇 테오 녕 노이 부온

햇살 쾌청한 날 비가 내리네,
슬픔 따라 흐르네

Mưa 霤 므어/비
trôi cả 潘奇 쪼이 까/막 흐르다
bầu 瓢 버우/분위기, 기운
trời nắng 歪曬 쩌이 낭/쾌청한 날
trượt theo 跌蹺쯔엇 테오/흐르다
những 仍 녕/~들
nỗi buồn餒惼 노이 부온/슬픔

Thấm ướt lệ
浸 遏 淚
텀 으엇 레

sầu mỗi dạng vì đánh mất hy vọng
幽 每 樣 為 打 佚 希 望
써우 모이 장 뷔 다잉 멋 히 봉
희망을 잃지 않으려 슬픔의 눈물에 잠기네

thấm ướt 浸遏 텀으엇/ 적시다
lệ 淚 레/눈물
sầu mỗi dạng 幽每儀 써우 모이 장/이런저런 모든슬픔

15

vì 為 뷔/~하고저
đánh mất hy vọng 打𛱣希望 다잉멋히봉/희망의상실과 싸우고자

Lần đầu gặp nhau dưới mưa,
吝 頭 迊 憢 𤽬 霉 ,
런 더우 갑 냐우 즈으이 므어,

trái tim rộn ràng bởi ánh nhìn
債 心 嗹 烌 𡛔 映 眤
짜이 띰 론 장 버이 아잉 닌

빗 속에서 처음 만나, 눈 길에 심장은 두근두근
                    lần đầu 吝頭 런 더우/처음
              gặp nhau 迊憢 갑 냐우/서로 만남
          dưới mưa 𤽬霉 즈으이 므어/ 빗 속
              trái tim 債心 짜이 띰/ 심장
        rộn ràng 嗹烌 론장/쿵쾅이다, 두근거리다
                    bởi 𡛔 버이/~으로
          ánh nhìn 映眤 아잉 닌/시선, 눈길

Tình cảm dầm mưa thấm lâu, em nào ngờ
情 感 撏 霉 浸 数 俺 芇 疑
띤 깜 점 므어 텀 러우 앰 나오 응어

마음이 비에 흠뻑 젖었어요, 난 문득 이상해요
                    Tình cảm 情感 띤깜/ 마음
                      dầm 撏 점/ 젖다
          dầm mưa 撏霉 점 므어/비에 젖다
          thấm lâu 浸数 담 러우/ 오래 젖다
        nào ngờ 芇疑 나오 응어/ 문득 의심하다

Mình hợp nhau đến như vậy
躺 合 憢 𦥃 如 丕
밍 헙 냐우 덴 녀 뷔이

thế nhưng không phải là yêu

16

勢　仍　空　沛　罗　㟓
테　녕　콩　파이　라　이에우

우린 이토록 잘 맞지만, 사랑인 것은 아니야
　　　　　　　　　　Mình 艂 밍/우리
　　　　　　　　hợp nhau 合㦖 헙냐우/맞다
　　　đến như vậy thế 𬨠如丕勢 덴녀버이테/이 토록
　　　　　　　　　　nhưng 仍 녕/하지만
　　　　　　　　　　　là 罗 라/즉
　không phải là yêu 空沛罗㟓 콩파이라 이에우/사랑인 것은
　　　　　　　　　　　아니야

Và em muốn hỏi anh
吧　淹　憫　嗨　偀
봐　앰　무온　호이　아잉

rằng chúng ta là thế nào
浪　眾　抳　罗　勢　市
장　쭝　따　라　테　나오

또 난 당신께 묻고싶어, 우리 어떠하냐고
　　　　　　　　　　Và 吧 바/또
　　　　muốn hỏi 憫嗨 무온 호이/묻고 싶어
　　　　chúng ta 眾抳 쭝따/우리들
　　　　thế nào 勢市 테 나오/어때
Rồi lặng người đến vô tận,
耒　潮　𠊛　𬨠　無　尽,
조이　랑　응어이　덴　보　떤,

trách sao được sự tàn nhẫn
責　牢　特　事　殘　忍
짜익　싸오　드억　쓰　딴　년
다음엔 끝없는 고요함이, 잔인함에 대한 책망이
　　　　　　　　　　lặng 潮 랑/고요함

17

vô tận 無盡 보 떤/끝없는
trách 責 짜익/책망하다
sự tàn nhẫn 事殘忍 쓰떤넌/잔인함

Anh trót vô tình thương em như la em gái
傛 梓 無 情 傷　 媕 如 罗 媕 妸
아잉 쫏 보 띤 트엉　 앰 녀 라 앰 가이

당신은 날 그저 그런 여동생인양 무심히 사랑했어요
trót 梓 쫏/그저 그냥
vô tình 無情 보띤/무심히
thương 傷 트엉/사랑하다
như 如 녀/~인양
em gái 媕妸 앰가이/여동생

Đừng lo lắng về em khi
停 慮懶 術 媕 欺
등 로 랑 붸 앰 키

mà em vẫn còn yêu anh
麻 媕 吻 群 愩 傛
마 앰 뷘 꼰 이에우 아잉

아직도 당신을 여전히 사랑할 동안은 날 걱정마세요
Đừng lo lắng 停慮懶 등로랑/걱정마요
về 術 베/~에 대해
khi mà 欺麻 키마 /~할 때에
vẫn còn yêu 吻群愩 뷘꼰이우/ 아직 여전히 사랑하다

Càng xa lánh, càng trống vắng,
強 柂 躘, 強 蟒 咏,
깡 싸 라잉, 깡 쫑 봥,

tim cứ đau và nhớ lắm,
心 抳 疠 吧 忟 夥
띰 끄 다우 봐 녀 람

18

멀어지고 피할수록, 황폐해지기만 하고,
마음은 그저 아프고 더 그리워하겠죠

Càng 強 깡/~할 수록
xa 柂 싸/먼
lánh 跞 랑/피하다
trống vắng 蝅咏 쫑방/황폐한
cứ đau 拠疠 끄 다우/그저 아픈
nhớ lắm 忲鬃 녀람/더 그리워하

3 Chiều hôm ấy
嘲 𣋚 衣
찌에우 홈 어이 / 그날 오후

가수: Jaykii

Chiều hôm ấy em nói với anh
嘲 𣋚 衣 㛪 呐 唄 俟
찌에우 홈 어이 앰 노이 붜이 아잉
그날 오후 너, 나와 이야기 했지

nói với 呐唄 노이 붜이/~와 이야기하다

Rằng mình không nên gặp nhau
浪 𨉟 空 𢀨 扱 憢
장 밍 콩 넨 갑 냐우

nữa người ơi!
𡨸 𠊛 喂 !
너으 응어이 어이!

Em đâu biết anh đau thế nào?
㛪 兜 别 俟 疠 勢 芇 ?
앰 더우 비엣 아잉 다우 테 나오?

서로 더는 만나지 말자 그 말,
넌 몰라 내가 얼마나 아팠는지

mình 𨉟 밍/우리들
đâu biết 더우 비엣/도무지 모른다

Khoảng lặng phủ kín căn phòng ấy,
曠 瀾 覆 謹 根 房 衣 ,
콱 랑 푸 낀 껀 퐁 어이,

tim anh như thắt lại
心 㦸 如 扶 吏
띰 아잉 녀 탓 라이
침묵만이 그 방을 뒤덮어, 내 가슴은 굳어버리고

Khoảng 曠 꽝/대략
lặng 潮 랑/침묵, 고요
phủ kín 覆謹 푸낀/뒤덮다
căn phòng 根房 깐퐁/방
thắt 扶 탓/ 굳다

Và mong đó chỉ là mơ,
吧 懞 妬 只 罗 迷,
바 몽 도 찌 라 머,

vì anh còn yêu em rất nhiều
為 㦸 群 愯 媕 慄 憥
뷔 아잉 꼰 이에우 앰 젓 니유

그게 그냥 꿈이었으면 좋겠어,
나 아직 널 너무 사랑하니까.

mong 懞 몽/바라다
mơ 迷 머/꿈
còn 群 꼰/여전히

Giọt buồn làm nhòe đi dòng kẻ mắt
湥 㣞 ⺍ 爍 迻 湧 几 眜
좃 부온 람 눼 디 종 깨 맛
슬픈 눈물에 눈 화장이 뷘져 흐르고

giọt 湥 좃/눈물방울
nhòe 爍 눼/뷘지다
buồn 㣞 부온/슬픈
dòng 湧 종/흘러내리다
kẻ mắt 几眜 깨맛/ 아이 라이너

21

Hòa cùng cơn mưa là những nỗi buồn kia
和 共 干 霶 罗 仍 餒 惚 箕
화 꿍 꼰 므어 라 녕 노이 부온 끼어
소낙비에 젖은 것은 아련한 슬픔이여

> cơn mưa 干霶 껀 므어 / 소낙비
> nỗi buồn 餒惚 노이 부온 / 슬픔

Anh khóc cho cuộc tình chúng mình
倘 哭 朱 局 情 眾 舲
아잉 콥 쪼 꾸억 띤 쭈옹 밍
난 우리 사랑 때문에 눈물 지었네

> khóc 哭 콕 / 울다
> cuộc tình 局情 꾸억 띤 / 사랑의 감정
> chúng mình 眾舲 쭝밍 / 우리들

Cớ sao còn yêu nhau mà mình,
故 吵 群 憀 憢 麻 舲,
꺼 싸오 꼰 이에우 냐우 마 밍,

không thể đến được với nhau
空 體 跙 特 唄 憢
콩 테 덴 드억 붜이 냐우

왜죠 우리 여전히 사랑하는데,
서로 함께 할 수 없나요

> cớ sao 故吵 꺼 싸오 / 무슨 이유로
> còn yêu nhau 群憀憢 꼰 이우 냐우 / 여전히 사랑하다

Vì anh đã sai hay bởi vì bên em có ai kia
為 倘 㐌 差 哈 蜾爲 边 㛪 固 埃 箕
비 아잉 다 싸이 하이 버이 뷔 벤 앰 꼬 아이 끼어
내 잘못이니 아니면.. 다른 사람 생겼니?

> sai 差 싸이 / 잘못   hay 哈 하이 / 또는
> bởi vì 蜾爲 버이 비 / ~한 때문에   bên 边 벤 / 곁
>   ai kia 埃箕 / 누구

Chẳng ai có thể hiểu nổi được
丞　　埃　固　勢　曉　浹　　特
짱　　아이 꼬　테　히어우 노이　드억

trái tim khi đã lỡ yêu rồi
債　心　欺　㐌　破　悷　未
짜이　띰　키　다　러　이에우 조이

이미 사랑에 빠져버리면
그 누가 자기 마음을 제대로 알아 차릴수 있나요

　　　　　　　　chẳng　　丞짱 / 결코 ~ 아니다
　　　　　　chẳng ai~　丞埃 짱아이/아무도 ~않다
　　　　　hiểu nổi　曉浹히어우 노이 / 이해하다
　　　　　　　trái tim 債心 짜이 띰/심장
　　　　　　　　　lỡ 破러/ ~에 빠지다
　　　lỡ yêu rồi 破悷未 러 이에우 조이/ 이미 사랑에 빠지다

Chỉ biết trách bản thân đã mù quáng,
只　別　責　本　身　㐌　膴　眶 ,
찌　비엇　짜익　반　턴　다　무　꽝 ,

trót yêu một người vô tâm.
律　悷　爻　𠊚　無　心
쫏　이에우 못 응어이　보　떰

마음 뺏긴 널　맹목으로 사랑했던 날 자책할 뿐이지
　　　　　　　　trách 責 짜익/ 비난하다
　　　　　　　bản thân 本身 반턴/스스로
　　　　　　mù quáng 膴眶 무꽝/맹목
　　　　　trót 梓 쫏/ 바보처럼 사랑하

　　Từng lời hứa như vết dao lạnh lùng
　　層　　哶　許　如　跰　刀　冷　㵢
　　뜽　러이 흐어　녀　벳　자오 라잉 룽
　　같이 했던 약속들이 차갑게 베인 상처 인양
　　　　　　　　từng 層 뜽/개개의, 하나 하나의

23

lời hứa 唻許 러이 흐어/약속
như 如 녀/~인양
vết dao 跙刀 벳 자오/ 베인 상처
lạnh lùng 冷凓 라잉 룽/ 차가운

Cắm thật sâu trái tim này.
揲 實 溇 債 心 尼
깜 텃 써우 짜이 띰 나이
이 마음 깊이 파고 드네

cắm 揲 깜/파고들다
sâu 溇 써우/깊은
trái tim 債心/마음

Vì muốn thấy em hạnh phúc
為 㦖 𧡊 婠 幸 福
뷔 무온 터이 앰 하잉 폽

nên anh sẽ lùi về sau
铖 偀 吔 踈 衛 𡢐
넨 아잉 쌔 루이 붸 싸우

니가 행복하길 바라기에, 난 뒤로 물러서야해
lùi踈 루이/뒤로 물러서다
thấy 𧡊 터이/보다
hạnh phúc 幸福 하잉폽/행복
nên 铖 넨/그래서
sẽ 吔 쌔/~할 것이다

Thời gian qua chúng ta liệu sống tốt hơn
時 間 過 眾 𢧲 料 𤯨 辭 欣
터이 잔 꽈 쭈웅 따 리에우 쏭 뜻 헌
지난 시간 우린 더 잘 할 수 있었을까?

thời gian qua 時間過 터이잔꽈/지난 시간
liệu 料 리에우/아마도~일까?
sống tốt hơn 𤯨辭欣 쏭뜻헌/더 잘살다

Hay cứ mãi dối lừa.
哈 拠 𬉟 嗺 嚧
하이 끄 마이 도이 르어
아니면 그저 거짓 이었던지?

mãi 𬉟 마이/쭉, 계속
dối lừa 嗺嚧 도이 르어/거짓말

Nhìn người mình thương ướt nhòe mi cay
眤 𠊚 躺 傷 遏 燦 眉 咳
닌 응어이 밍 트엉 으엇 냬 미 까이
사랑하는 당신 눈물 젖어 번진 모습 보니

người mình thương 𠊚躺傷 응어이 밍 트엉/사랑하는 당신
ướt nhòe 遏燦 으엇 냬/눈물 젖어 번지다

Khiến tim này càng thêm đau
遣 心 尼 強 添 疠
키엔 띰 나이 깡 템 다우
내 마음 더 더욱 아파오네

khiến 遣 키엔/~하게 하다
càng thêm 強添 깡템/ 더해지다

Người từng khiến anh thay đổi là em,
𠊚 層 遣 偀 台 撍 罗 㛪,
응어이 뜽 키엔 아잉 타이 도이 라 앰,

đã mãi xa rồi
㐌 𬉟 柁 耒
다 마이 싸 조이

나란 사람을 변화시킨 너, 이젠 이미 멀어져버리고
thay đổi 台撍 타이도이/바꾸다
mãi 𬉟 마이/쭉, 계속
xa 柁 싸/먼

25

Thôi giấc mơ khép lại
催　　　　　　 戝　　 迷　　 怯　　 吏
토이　짝　　머　캡　라이

Kí ức kia gửi theo, gió bay
記　憶　箕　抾　蹺,　盡　飛
끼 윽　끼어　그이 테오,　　죠 바이

그저 꿈은 이만,
추억은 바람에 실어 보내마

giấc mơ 職迷 쟉머/ 꿈
khép lại 怯吏 켙라이/끝내자
kí ức 記憶 키윽/기억
gửi theo 抾蹺 그이 테오/보내다
gió 盡 죠/바람, 태풍
bay 飛바이/날다

4 Nhớ Về Hà Nội

忱術河内

녀붸하노이 / 하노이를 기억하세요

가수:Hồng Nhung 紅毦

Dù có đi bốn phương trời

油 固 移 罘 方 洂

주 꼬 디 본 퍼엉 쩌이

Lòng vẫn nhớ về Hà Nội

悉 吻 忱 術 河 内

롱 뷘 녀 붸 하 노이

사방 어딜 가든

아직 하노이를 기억하노라

dù 油 주/~이든

bốn phương 罘方 본 퍼엉/사방

vẫn 吻뷘/ 여전히

nhớ về 忱術 녀붸/~을 기억하다

Hà Nội của ta, Thủ đô yêu dấu

河 内 貼 撻, 首 都 愮 撨

하 노이 꾸어 따, 투 도 이에우 저우

Một thời đạn bom, một thời hòa bình

爻 時 彈 bom, 爻 時 和 平

못 터이 잔 봄 , 못 터이 화 빈

사랑하는 수도, 친애하는 하노이

폭탄의 시간, 평화의 시간

thủ đô 首都 투도/수도
yêu dấu 憹撄 이우 저우/사랑하는, 친애하는
một thời 爻時 못터이/ 한 때
đạn 彈 단/ 탄
bom (bomb) 봄/폭탄
hòa bình 和平 화빈/평화

Nhớ phở Thâm Nghiêm rợp bóng cây
忴 舖 深 嚴 樸 膡 棵
녀 포 탐 응엠 롭 봉 꺼이

Tiếng ve ru những trưa hè
喈 蟝 咍 仍 晢 夏
띠엉 베 주 녕 쯔어 헤

나무 그늘진 오후의 Tham Nghiem 거리를 기억해요
여름 한 낮 매미들의 자장가

nhớ 忴 녀/ 기억하다
phở Thâm Nghiêm 舖深嚴 포탐응엠/ 탐응엠 거리
rợp bóng 樸膡 롭봉/ 오후의 그늘
cây 棵 꺼이/나무
tiếng 喈 띠엉/소리
ve ru 蟝咍 베주/매미들 자장가
trưa hè 晢夏 쯔어헤/여름 한낮

Và nhớ những công viên vừa mới xây
吧 忴 仍 公 園 放 潰 搓
봐 녀 녕 공 뷔엔 브어 머이 써이

Bước chân em chưa mòn lối
跛 蹎 㛪 楮 瘋 塿
브억 쩐 앰 쯔어 몬 로이

Ôi nhớ Hồ Gươm xanh thắm
喂 忴 湖 劍 青 嗲

28

오이 녀 호 거엄 싸잉 탐

또 이제 막 지어진 공원들을 생각해봐요
아직 내 발길 닿지도 못한 길
오! 짙 푸른 검호를 잊지말아요

công viên 公園 꽁비언 /공원
vừa mới xây 放潰搓 버어 머이 써이/ 이제 막 지어진
bước chân 跐蹟 브억 쩐/ 발 길
chưa 楮 쯔어 /아직~못한
mòn 瘡몬/ 닿다
lối 躇 로이/길
Hồ Gươm 湖劍 호거엄/ 검호
xanh thẳm 青嗲 싸잉 탐/ 짙푸른

Nơi Tháp Rùa nghiêng soi bóng
坭 塔 鼀 迎 擂 𦨻
너이 탑 주어 응이엥 쏘이 봉

Thành cũ Thăng Long hồn nước non thiêng
城 古 陞 竜 魂 渃 嫩 㪝
타잉 꾸 탕 롱 혼 느억 논 티엥

Còn lắng đâu đây dấu xưa oai hùng
群 唥 兜 低 嗖 㩴 威 雄
꼰 랑 더우 더이 저우 쓰어 오아이 훙

Hà Nội ơ
河內喂
하 노이 어

거북 탑이 비스듬이 빛을 발하는 곳
탕롱 옛 성채, 신성한 젊은 나라의 정신
고대의 영광 아직 여기 머무노니
아 ! 하노이

nơi 坭 너이/곳
tháp Rùa 塔鼀 탑주어/ 거북이 탑

soi bóng 擂膵城   古 쏘이 봉/ 빛나는
Thành cū 城古 따잉 꾸/ 고성
Thăng Long 陞竜 탕롱/ 탕롱
hồn nước 魂渃 혼 느억/나라의 혼
non thiêng 嫩觬 논 티엥/ 신성하고 젊은
xưa 翏 쓰어/ 옛날
oai hùng 威雄 오아이 홍/위엄,용

Nhớ những cơn mưa dài cuối đông
怓 仍   干 霼 㽫 檜 冬
녀 녕   껀 므어 자이 꾸오이 동

Áo chăn chưa ấm thân mình
襖 禛 楮 暗 身 軨
아오 짠 쯔어 엄 턴   밍

늦 겨울의 긴 소낙비를 기억해요
담요로는 미처 내 몸 따뜻하지 않고,

cơn mưa 干霼 껀 므어/소낙비
dài 㽫 자이/긴
cuối đông 檜冬 꾸오이 동/늦 겨울
chăn 禛 짠/ 담요
chưa ấm 楮暗 쯔어 엄/아직 따뜻하지않은

Và nhớ lúc bom rơi lửa chiến tranh
吧 怓 昤 bom 籿 焒   戦 爭
봐 녀 룹 봄 저이 르어 찌엔 짜잉

Đất rung ngói tan gạch nát
坦 容 瓦 散 壢 涅
덧 룽 응오이 딴 가익   낫

그리고 쏟아지는 전쟁의 불 폭탄을 잊지 마세요
흔들리는 대지. 흩어지는 기와, 부서지는 벽돌을

lúc 昤 룹/~할 때
rơi 籿 저이/ 떨어지는
lửa 焒 르어/불

chiến tranh 戰爭찌엔 짜잉/전쟁
Đất 坦 덧/ 대지
rung 容 중/혼들리다
ngói 瓦응오이/기와
gạch 壢가익/ 벽돌
nát涅 낫/으스러진

Em vẫn đạp xe ra phố
媕 吻 踏 車 黜 舖
앰 뷘 답 쌔 자 포

Anh vẫn tìm âm thanh mới
偀 吻 尋 音 聲 潰
아잉 뷘 띰 엄 타잉 머이

난 여전히 자전거를 타고 거리로 나가요
당신은 여전히 새 노래를 찾고 있네요

vẫn 吻 뷘/ 여전히
đạp xe 踏車/ 자전거를 타다
ra 黜 자/ 나가다
phố 舖 포/거리
tìm 尋띰/ 찾다
âm thanh 音聲 엄타잉/ 음성

Bài hát đôi ta là khúc quân ca
排 欲 堆 挫 罗 曲 軍 歌
바이 핫 도이 따 라 쿡 꾸언 까

Là ước mơ xa hướng lên Ba Đình
罗 約 迷 柁 向 蓮 呸 庭
라 으억 머 싸 허엉 렌 바 딩

Tràn niềm tin
滇 念 信
짠 니엠 띤

31

우리 편 노래는 군가라네
멀리 바딩을 향해 오르는 그 꿈
흘러넘치는 신념으로

bài hát 排欲 바이 핫/ 노래
đôi ta 堆䞍 도이 따/우리 편
khúc 曲 쿡/ 곡
quân ca 軍歌 꾸언까/ 군가
ước mơ 約迷 으억머/ 동경, 희망
xa 柁 싸/ 먼
hướng lên 向蓮 허엉 렌/ 오르는
Ba Đình 吧庭 바딩/ 바딩 광장
tràn 滇 짠/ 넘쳐 흐르는
niềm tin 念信니엠 띤/ 신념

Nhớ những con đê thành lối xe
忕 仍 琨 堤 成 躒 車
녀 녕 꼰 데 타잉 로이 쌔

Bước chân năm tháng đi về
跐 蹎 醉 朎 豸術
브억 쩐 남 탕 디 붸

제방 길들이 차로로 바뀌었죠
세월의 발길이 돌아옵니다

con đê 琨堤 꼰데/ 제방길
thành 成 타잉/~이 되다
lối xe 躒車 로이 쌔/ 차로
năm tháng 醉朎 남탕/세월
đi về 豸術 디베/돌아오다

Và nhớ tiếng leng keng tàu sớm khuya

吧 忕 喈 玲 鎯 艚 剿 麌
바 녀 띠엉 렝 껭 따우 써엄 쿠야

32

Hướng ra Đống Đa Cầu Giấy
向　　坫塸　墥　多　求　紙
허엉　자　동　다　꺼우　져이

또한 잊지말아요 동다꺼우져이를 향해 가는
밤낮없는 기차소리를

leng keng 玲錝 렝껭/기차 굴러가는 소리
tàu 艚 따우/기차
sớm 鷐 써엄/이른
khuya 麠 쿠야/늦은 밤
sớm khuya 鷐麠 쿠야/ 언제나
Đống Đa Cầu Giấy 塸多求紙 동다꺼우쪄이 구역

Ôi nhớ Thủ đô năm ấy
喂　忴　首　都　醉　仪
오이　녀　투　도　남　어이

Ta đánh giặc trên mâm pháo
扡　打　賊　蓮　盤　砲
따　다잉　쟉　쪈　멈　파오

오, 그해의 수도를 기억하세요
우리는 포대위에 올라 적과 싸웠습니다.

đánh giặc 打賊 다잉 쟉/ 적과 싸우다
trên 蓮 쪈/~위에
mâm pháo 盤砲 멈파오/포대

Truyền thống cha ông gìn giữ non sông
傳　統　吒　翁　吲　苧　嫩　滝
뚜엔　통　짜　옹　진　즈어　논　쏭

Từ thuở Thăng Long vẫn mang trong lòng
自　課　昇　龍　吻　忴　舭　悉
뜨　투오　탕　롱　뷘　망　쫑　롱

Hà Nội ơi
河 內 喂
하 노이 어이

선조대대로 지켜온 산하여
탕롱의 시대부터 여전히 마음속에 간직하도다
아, 하노이 여

cha ông 吒翁 짜옹/선조
gìn giữ 吲苧 진저으/ 지키다
non sông 嫩滝 논쏭/ 산하
từ thuở 自課 뜨투어/ 과거~때 부터
Thăng Long 昇龍 탕롱/ 탕롱 시대
mang 忙 망/ 나르다
trong lòng 軸悉쫑 롱/ 마음 속에

Nhớ phố Quang Trung đường Nguyễn Du
忕 舖 光 中 塘 阮 油
녀 포 꽝 쭝 드엉 응웬 주

Những đêm hoa sữa thơm nồng
仍 脏 花 沵 蓍 燶
녕 뎀 화 쓰어 텀 농

꽝쭝 드엉 응웬주 거리를 기억하세요
향기로운 꽃 내음 그윽한 밤

đêm 脏 뎀/ 한 밤
hoa sữa 花沵 화쓰어/꽃향기
thơm 蓍 텀/ 향기로운
nồng 燶 농/ 짙은

Và nhớ, nhớ bao khuôn mặt mến thân
吧 忕, 忕 包 困 楅 勉 身
봐 녀, 녀 바오 쿠온 맛 멘 턴

34

Đã quen bước chân giọng nói
佗 悁 跛 蹟 喠 吶
다 꿴 브억 쩐 종 노이

그리고 많은 사랑하는 얼굴을 잊지말아요
목소리, 발자취 익숙하던 사람들
        khuôn mặt 困𥧲 쿠온 맛/ 얼굴
        mến 勉 멘/ 애호하다, 다정하다
        quen 悁 꿴/ 친한
    giọng nói 喠吶 종노이. 목소리

Ôi nhớ chiều 30   tết
喂 忬 嘲 30 節
오이 녀 찌에우 바므어이 뗏

Chen giữa đào hoa tươi thắm
羶 忡 桃 花 鮮 嗲
쩬 즈어 다오 화 뜨어이 탐

오, 30 뷘째 새해를 기억하세요
신선한 복숭아 꽃들 사이에 끼어
    chen giữa 羶忡 쩬 즈어/~의 한 가운데
    đào hoa 桃花 다오 화/ 복숭아 꽃
    tươi 鮮 뜨어이/ 신선한
    thắm 嗲 탐/ 매우, 대단히

Đường phố đông vui chờ đón Tân niên
塘 舖 迻 恦 徐 迲 新 年
드엉 포 동 부이 쪼 돈 떤 니엔

Là phút thiêng liêng lắng nghe thơ Người
罗 𠀧 𣼰 灵 㖖 䏻 詩 𠊚
라 풋 티엥 리엥 랑 응에 터 응어이

Hà Nội ơi

河内　喂
하 노이 어이

새해를 맞이하는 흥겹고 혼잡한 거리에
시인에 귀를 기울이는　신성한 순간
아, 하노이 여

> đường phố 塘舗 드엉 포/거리
> đông 迵 동/ 붐비는
> vui 怳 부이/ 즐겁게
> chờ đón 徐迡 쪼 돈/ 맞이하는
> tân niên 新年 떤니엔/새해
> phút 丿 풋/순간, 때
> thiêng liêng 觙灵/신성한
> lắng nghe 嘲眰 랑 응에/귀 기울이다
> thơ Người 詩𠊚 터 응어이/시인

Dù có đi bốn phương trời
油　固　㐌 𦋦　方　　盃
주　꼬 디　본　퍼엉　　쩌이

Lòng vẫn nhớ về Hà Nội
悲　　吻　妸　術 河内
롱　　뷘　녀　베 하 노이

사방 어딜 가든
아직 하노이를 기억하노라

Hà Nội của ta, Thủ đô yêu dấu
河 内 貼 㤮, 首 都 愇 㽍
하 노이 꾸어 따, 투 도 이우 저우

Một thời đạn bom, một thời hòa bình
爻　時　彈 bom, 爻　時　和 平
못　터이　잔 봄,　못　터이 화 빈

사랑하는 수도, 친애하는 하노이
폭탄의 시간, 평화의 시간

5 Vì anh thương em
為俠傷媕
뷔 아잉 트엉 앰 / 나 널 사랑하기에

가수 : Phạm Anh Duy

Em nghe gì không từng hạt mưa đã gọi tên
媕 眵　　之 空　層　粇霂 佢 噲㑊
앰 응에　지 콩　뜽　핫 므어 다 고이 뗀
빗방울 방울이 이름을 불러도 너는 듣지 못했지

                        hạt 粇 핫/방울
              từng hạt mưa 層粇霂 뜽핫므어/ 빗방울
                 gọi tên 噲㑊 고이 뗀/이름을 부르다

Anh bỗng thấy thương cây bàng non,
俠 俸　 筧　傷　荄 旁　 嫩,
아잉 봉　 터이 트엉　꺼이 방　논,

thương chiếc bóng cô phòng
傷　 隻　霹 孤　房
트엉　 찌억 봉 꼬　퐁

Đâu là cô đơn?
兜 罗 姑 单 ?
더우 라 꼬 던

난 갑자기 어린 나무가 안타까워져,
독방의 그림자가 안타까워
너 어디에 홀로이

                       bỗng 俸 봉/갑자기
           thấy thương 筧傷 터이트엉/안타까워하다
             cây bàng 荄旁 까이방/ 나무이름
                  non 嫩 논/어린

chiếc bóng 隻霹 찌억 봉/ 그림자
cô phòng 孤房 꼬퐁/독방, 골방
cô đơn 孤單 꼬던/ 고독

Nếu mình nghe như trong hạt mưa
吶 艙 瞳 如 舭 粏 霡
네우 밍 응에 녀 쫑 핫 므어

Nghe tiếng khóc mưa rơi
瞳 啫 哭 霡 秣
응에 띠엉 콥 므어 저이

만약 빗 방울 속에서 들으면,
내리는 비의 울부짖음을 들었을 거야

tiếng khóc 啫哭 띠엉 콕/ 울음소리
rơi 秣 저이/흘러내리는

Nghe tiếng mưa cười
瞳 啫 霡 唭
응에 띠엉 므어 끄어이

Và tiếng trái tim từng đêm gọi trên lá bàng non
吧 啫 債 心 層 脏 嚕 蓮 荲 旁 嫩
봐 띠엉 짜이 띰 뜽 뎀 고이 쩬 라 방 논

비가 웃는 소리를 들어
또 매일 밤 어린 나무잎에서 부르는 마음의 소리를

cười 唭 끄으이/ 웃음
trái tim 債心 짜이 띰/마음, 심장
từng đêm 層脏 뜽뎀/매일 밤
lá 荲 라/잎

Em nghe gì không ...hỡi em
媕 瞳 之空... 咳 媕
앰 응에 지콩 호이 앰

39

Vì anh thương em, như thương cây bàng non
為 佄 傷 婗, 如 傷 荄 旁 嫩
뷔 아잉 트엉 앰, 녀 트엉 꺼이 방 논

넌 아무 소리도 듣지 못했지...오호 그대여
나 널 사랑하기에, 어린 나무를 사랑 하듯이
thương 傷 트엉/ 사랑하다

Cây nhớ ai làm sao nói được
楛 忬 埃 ⼝ 牢 吶 得
꺼이 녀 아이람 싸 노이 드억

Vì anh thương em, như thương hạt mưa non dại
為 佄 傷 婗, 如 傷 紇 霜 嫩 痍
뷔 아잉 트엉 앰, 녀 트엉 핫 므어 논 자이

나무는 누가 그러는 지 어찌 말할 수 있으리
나 널 사랑하기에, 작은 빗 방울을 사랑하듯이
nhớ 忬 녀/기억하다

Vỡ rồi mà có được đâu
破 耒 麻 固 得 兜
보 조이 마 꼬 드억 더우

Anh thương em sẽ không cần trước sau
佄 傷 婗 吔 空 勤 𤼯 𣔟
아잉 트엉 앰 쌔 콩 껀 쯔억 싸우

흩어져 버렸으나 어딘가에 남아있네
나 널 한결같이 사랑하기에
vỡ rồi 破 耒 버 조이/깨어져 버리다
không cần 空 勤 콩껀/~필요없다
trước sau 𤼯 𣔟 쯔억 싸우/ 한결같이

40

Vì anh đã đặt mình ở hướng vô cùng
為 俺 㐌 達 𠋉 於 向 無 窮
뷔 아잉 다 닷 밍 어 흐엉 보 꿍

Em nghe gì không từng hạt mưa đã gọi tên
㛪 聑 之空 層 𥗽 霡 㐌 噲 𩄲
앰 응에 지 콩 뜽 핫 므어 다 고이 뗀

난 스스로 영원한 곳으로 들어가기에
넌 빗 방울 소리가 부르는 이름을 들을 수 없어
　　　ở hướng vô cùng 於向無窮 어 흐엉 보 꿍/ 영원한 곳에서

Anh bỗng thấy thương cây bàng non,
俺 俸 𧡊 傷 荄 旁 嫩,
아잉 봉 터이 트엉 꺼이 방 논,

thương chiếc bóng cô phòng
傷 隻 𩃄 孤 房
트엉 찌억 봉 꼬 퐁

Đâu là cô đơn?
兜 罗 姑 单 ?
더우 라 꼬 던

난 갑자기 어린 나무가 안타까워져,
독방의 그림자가 안타까워
너 어디에 홀로이

Nếu mình nghe như trong hạt mưa
叮 𠋉 聑 如 𦁐 𥗽 霡
네우 밍 응에 녀 쫑 핫 므어

Nghe tiếng khóc mưa rơi
聑 㗂 哭 霡 𥖩
응에 띠엉 콥 므어 저이

41

만약 빗 방울 속에서 들으면,
내리는 비의 울부짖음을 들었을 거야

Em nghe gì không ...hỡi em
揜 眰 之 空 . . . 咳 揜
앰 응에 지 콩 호이 앰

Vì anh thương em, như thương cây bàng non
為 俺 傷 揜, 如 傷 菝 旁 嫩
뷔 아잉 트엉 앰, 녀 트엉 꺼이 방 논

넌 아무 소리도 듣지 못했지...오호 그대여
나 널 사랑하기에, 어린 나무를 사랑 하듯이

Cây nhớ ai làm sao nói được
棵 忢 埃 ㄇ 牢 吶 得
꺼이 녀 아이 람 싸 노이 드억

Vì anh thương em, như thương hạt mưa non dại
為 俺 傷 揜, 如 傷 糀 霡 嫩 痕
뷔 아잉 트엉 앰, 녀 트엉 핫 므어 논 자이

나무는 누가 그러는 지 어찌 말할 수 있으리
나 널 사랑하기에, 작은 빗 방울을 사랑하듯이
　　　　　　　　　　　　*nhớ 忢 녀/기억하다

Vỡ rồi mà có được đâu
破 耒 麻 固 得 兜
보 조이 마 꼬 드억 더우

Anh thương em sẽ không cần trước sau
俺 傷 揜 吔 空 勤 糮 詬
아잉 트엉 앰 쌔 콩 껀 쯔억 싸우

흩어져 버렸으나 어딘가에 남아있네

나 널 한결같이 사랑하기에

Vì anh đã đặt mình ở hướng vô cùng
為 㑲 㐌 達 䑞 於 向 無 窮
뷔 아잉 다 닷 밍 어 흐엉 보 꿍

Vì anh thương em, như thương cây bàng non
為 㑲 傷 㛪, 如 傷 荄 旁 嫩
비 아잉 트엉 앰, 녀 트엉 꺼이 방 논

난 스스로 영원한 곳으로 들어가기에
나 널 사랑하기에, 어린 나무를 사랑 하듯이

Cây nhớ ai làm sao nói được
樣 㤵 埃 ⼧ 牢 吶 得
꺼이 녀 아이 람 싸 노이 드억

Vì anh thương em, như thương hạt mưa non dại
為 㑲 傷 㛪, 如 傷 秅 霂 嫩 瘇
뷔 아잉 트엉 앰, 녀 트엉 핫 므어 논 자이

나무는 누가 그러는 지 어찌 말할 수 있으리
나 널 사랑하기에, 작은 빗 방울을 사랑하듯이

★nhớ 㤵 녀/기억하다

Vỡ rồi mà có được đâu
破 耒 麻 固 得 兜
보 조이 마 꼬 드억 더우

Anh thương em sẽ không cần trước sau
㑲 傷 㛪 吧 空 勤 𧺀 𣄒
아잉 트엉 앰 쌔 콩 껀 쯔억 싸우

흩어져 버렸으나 어딘가에 남아있네
나 널 한결같이 사랑하기에

Vì anh đã đặt mình ở hướng vô cùng
為 俟 㐌 達 躺 於 向 無 窮
뷔 아잉 다 닷 밍 어 흐엉 보 꿍

Vì anh thương em, như thương cây bàng non
為 俟 傷 婳, 如 傷 荄 旁 嫩
비 아잉 트엉 앰, 녀 트엉 꺼이 방 논

난 스스로 영원한 곳으로 들어가기에
나 널 사랑하기에, 어린 나무를 사랑 하듯이

Vì anh đã đặt mình... ở hướng... vô cùng...
為俟 㐌 達 躺... 於 向.. 無 窮...
뷔 아잉 다 닷 밍... 어 흐엉.. 보 꿍

난 스스로 영원한 곳으로 들어가기에

6　Tình ca của người mất trí
情歌貼馱诶智
띤 까 꾸어 응어이 멋찌 / 광인의 사랑노래

가수:Trịnh Công Sơn

Tôi có người yêu chết trận Plei Me
碎　固　馱　悷　㗒　陣　Plei Me
또이 꼬 응어이 이에우 쩻　쩐 플레이 메

Tôi có người yêu ở chiến khu D
碎　固　馱　悷　於　戰　區 D
또이 꼬 응어이 이에우 어 찌엔 쿠 D

플레 메 전투에서 죽은 애인이　있어요
전구D 지역의 전쟁터에 애인이　있어요

chết 㗒 쩻/죽다
trận 陣 쩐/전투

Chết trận Đồng Xoài, chết ngoài Hà Nội
㗒　陣　Đồng Xoài,　㗒　外　河　內
쩻　쩐　동　쏘아이,　쩻　응오아이 하 노이

Chết vội vàng dọc theo biên giới
㗒　倍　鑛　育　蹺　边　介
쩻　보이　방　족　테오　비언　져이

동쏘아이 전투에서 죽었죠, 하노이 외곽에서 죽었죠
전선을 따라 순식간에 죽어버렸죠

vội vàng 倍傍 보이 방/ 순식간에
dọc theo 育蹺 좁테오/~를 따라
biên giới 边介 비언 져이/변방,국경

Tôi có người yêu chết trận Chuprong
碎　固　𠊛　慄　𣩂　陣　Chư Prông
또이　꼬　응어이　이에우　쩻　쩐　쭈　프롱

Tôi có người yêu bỏ xác trôi sông
碎　固　𠊛　慄　𦋦　髝　濡　滝
또이　꼬　응어이　이에우　보　싹　쪼이　쏭

쭈프롱 전투에서 죽은 애인이 있어요
시체되어 강물에 떠내려간 애인이 있어요

> bỏ xác 𦋦髝 보싸익/죽다
> trôi sông 濡滝 쪼이 쏭/강에 던져지다

Chết ngoài ruộng đồng, chết rừng mịt mùng
𣩂　外　𦋦　垌,　𣩂　棱　曦　曚
쩻　응오아이　저엉　동,　쩻　증　밋　뭉

Chết lạnh lùng mình cháy như than
𣩂　冷　逺　軨　烓　如　炭
쩻　라잉룽　밍　짜이　녀　탄

벌판에서 죽었죠 흐릿한 숲에서 죽었죠
숯처럼 타버린 몸이 얼어붙은 채 죽었죠

> rừng 棱 증 /숲
> mịt mùng 曦曚 밋뭉/흐릿한
> lạnh lùng 冷逺 라잉룽/얼어붙은
> cháy như than 烓如炭 짜이녀탄/숯처럼 타버린

Tôi muốn yêu anh, yêu Việt Nam
碎　憫　慄　俠,　慄　越　南
또이　무온　이에우　아잉,　이에우　뷔엣　남

Ngày gió lớn tôi đi môi gọi thầm
暟　𩙌　𡘯　碎　迻　媒　噲　噡
응아이　죠　런　또이　디　모이　고이　텀

난 당신을, 베트남을 사랑합니다
거센 바람 부는 날 입술 속삭이며 갑니다
　　　　ngày gió lớn 時𣈜𡘯 응아이 죠 런/ 큰 바람 부는 날
　　　　　　　　　　　　　môi 𱟤 모이/입
　　　　　　　gọi thầm 噲噡 고이 탐/속삭이며 부르다

Gọi tên anh tên Việt Nam
噲　𱍤　俺　𱍤　越　南
고이　뗀　아잉　뗀　뷔엣　남

Gần nhau trong tiếng nói da vàng
斯　饒　𥵄　㗂　吶　𦛌　鐄
건　냐우　쫑　띠엉　노이　자　봥

당신의 이름, 베트남의 이름을 부르며
황인종의 목소리로 아주 가까이에서
　　　　　　gọi tên 噲𱍤 고이 뗀/이름을 부르다
　　　　　　da vàng 𦛌鐄 자봥/노란피부

Tôi muốn yêu anh, yêu Việt Nam
碎　憫　愮　俺，愮　越　南
또이　무온　이에우　아잉, 이에우　뷔엣　남

Ngày mới lớn tai nghe quen đạn mìn
時　渶　𡘯　聰　瞷　悁　彈　mìn
응아이　머이　런　따이　응에　꿴　단　민

난 당신을, 베트남을 사랑합니다
젊은 날, 총탄과 지뢰 소리에 익숙해진 귀
　　　　　　mới lớn 渶𡘯 머이런/청춘

Thừa đôi tay, dư làn môi
餘　堆　𪗨，餘　闌　𱟤
트어　도이　따이, 즈　란　모이

Từ nay tôi quên hết tiếng người

47

自　危　碎　馻　歇　𠸦　𩵖
뜨　나이　또이　꿴　햇　띠엉　응어이

두 손은 남았어요 두 입술은 남앗어요
이제부터 사람의 소리는 다 잊겠어요

thửa 餘 트어/남다
đôi tay 堆秔도이 따이/양손
dư 餘 즈/남은
làn môi 闌嚜란모이/입술
quên hết 馻歇 꿴헷/모두 잊다

Tôi có người yêu chết trận Asao
碎　固　𩵖　㤇　菈　陣　Asao
또이　꼬　응어이　이에우　쩻　쩐　아사오

Tôi có người yêu nằm chết cong queo
碎　固　𩵖　㤇　𩉻　菈　弨　跳
또이　꼬　응어이　이에우　남　쩻　꽁　꿰오

아사오 전투에서 죽은 애인이 있어요
비틀어져 죽은 애인이 있어요

cong queo 弨跳 꽁꿰오/비틀어져

Chết vào lòng đèo, chết cạnh gầm cầu
菈　𣍲　悉　岊,　菈　競　啥　橋
쩻　봐오　롱　데오,　쩻　까잉　검　꺼우

Chết nghẹn ngào mình không manh áo
菈　哽　嗷　軐　空　薨　襖
쩻　응엔　응아오　밍　콩　마잉　아오

계곡바닥에서 죽었죠 다리 밑에서 죽었죠
옷 자락도 걸치지 못한 몸
목메어 말도 못한 채 죽었죠

lòng đèo 悉岊 롱데오/계곡 바다

48

cạnh 競 까잉/가장자리
gầm cầu 啥橋 검꺼우/다리 아래
nghẹn ngào 哽噭 응엔 응아오/목메어 말도 못하다
manh áo 薨襖 마잉아오/옷자락

Tôi có người yêu chết trận Ba Gia
碎 固 趴 悽 薨 陣 Ba Gia
또이 꼬 응어이 이에우 쩻 쩐 바 쟈

Tôi có người yêu vừa chết đêm qua
碎 固 趴 悽 放 薨 胙 過
또이 꼬 응어이 이에우 브어 쩻 뎀 꽈

바 쟈 전투에서 죽은 애인이 있어요
바로 간 밤에 죽은 애인이 있어요

vừa chết 放薨 브어 쩻/이제 막 죽다
đêm qua 胙過 뎀꽈/간 밤에

Chết thật tình cờ, chết chẳng hẹn hò
薨 實 情 期, 薨 丞 哯 唬
쩻 텃 딘 꺼, 쩻 짱 핸 호

Không hận thù năm chết như mơ
空 恨 讐 顫 薨 如 迷
콩 헌 투 남 쩻 녀 머

정말 우연히 죽었죠 아무 약속도 없이 죽었죠
원한도 없이, 마치 꿈 꾸는 듯이

tình cờ 情期 띤꺼/ 우연히도
chẳng 丞 짱/아무~도 없이
hẹn hò 哯唬 헨호/약속
hận thù 恨讐 한투/원한
như mơ如迷 녀머/꿈처럼

49

7 Duyên Phận
緣分
쥬엔 펀 / 인연

가수: Như Quỳnh

Phận là con gái, chưa một lần yêu ai
分 罗 琨 妈, 楮 爻 吝 㦬 埃
펀 라 꼰 가이, 쯔어 못 런 이에우 아이

Nhìn về tương lai mà thấy như sông rộng đường dài
眤 術 將 來 麻 箟 如 滝 蘿 塘 㣺
닌 베 뜨엉 라이 마 터이 녀 쏭 종 드엉 자이

소녀의 운명인가, 아직 한번도 누굴 사랑 한적 없어요미
래를 바라보면 넓은 강, 머나먼 길 같아요
> ai 埃 아이 /누구
> chưa 楮 쯔어 엄/아직~않은
> nhìn về 眤術 닌 붸/~을 보다
> tương lai 將來 뜨엉라이/장래
> thấy 箟 터이/보이다
> như 如 ~처럼
> sông 滝 쏭/강
> rộng 蘿 종/ 넓게
> đường 塘 드엉 /거리
> dài 㣺 자이/긴

Cảnh nhà neo đơn,
景 茹 拊 單,
깐 냐 내오 던,

vai em chưa lớn trĩu đôi bầy gánh nhọc nhằn
𦞒 媕 楮 㤞 撤 堆 俳 捸 辱 痳
봐이 앰 쯔어 런 찌우 도이 바이 간 뇹 냔

집 한칸 홀로이
내 어깨는 아직 크지 않아 무거운 짐을 지고 나르기에
너무 지쳐요

cảnh 景 까잉/풍경
nhà 茹 냐/집
neo扫 네오/정박하다
đơn 單 던/홀로
vai膞 봐이/어깨
lớn歎 런/큰
trĩu 撤 찌우/무거운
đôi 堆 도이/것들
bầy 俳 버이/떼,무리
gánh 揯 간/짊어지다
nhọc nhằn 辱瘠 뇩난/매우 지친

Thầy mẹ thương em nhờ tìm người se duyên
俤　媄　傷　　媕　恘　尋　𠊚　焠　緣
터이 매 트엉　　앰 녀 띰 응어이 세 쥬웬

Lòng cầu mong em đậu bến cho yên một bóng thuyền
悉　求　懞　媕讀　淩朱安　爻霶　船
롱　꺼우 몽　앰 더우 벤 쪼이엔 못 봉　투웬

날 사랑하는 부모님은 내 인연을 찾기를 원해요
내가 평온한 배의 그림자에 정박하기를 바래요

thuyềnthầy mẹ 俤媄 터이메/부모
thương 傷 트엉/사랑하다
nhờ 恘 녀/생각하다
tìm người 尋𠊚 띰 응어이/ 사람 찾는
se焠 세/착한　lòng 悉 롱/마음
cầu mong 求懞 꺼우 몽/기원하다
đậu bến讀淩 더우 벤/배를 대다
cho 朱 쪼/ ~에,~에게
yên 安 이엔 평화로운
một 爻 못/하나
bóng 霶 봉/그림자
船 투웬/배

Lứa đôi tình duyên còn chưa lưu luyến
侶　對　情　緣　群　楮　留　戀
르어 도이 띤 쥬웬 꼰 쯔어 르우 루웬

Sợ người ta đến em khóc sau bao lời khuyên
恓　得　拕　跙　娷　駬　包　唭　勸
서 응어이 따 덴 앰 콥 사우 바오 러이 쿠웬

한 쌍의 인연은 아직 생각하지 않았어요
사람들 재촉에 나는 울고 무섭답니다

　　　　　　　　lứa đôi 侶對 르어 도이/짝
　　　　　　　　tình duyên 情緣 띤 쥬엔/사랑
　　　　　　　　còn chưa 群楮 쯔어/아직~않다
　　　　　　　　lưu luyến 留戀 르어 루웬/액착심을 갖다
　　　　　　　　Sợ 恓 서/무서워하다
　　　　　　　　người ta 得拕 응어이따/ 사람들
　　　　　　　　đến 跙 덴/~에게
　　　　　　　　khóc 娷 콥/울다
　　　　　lời khuyên 唭勸 러이쿠원/조언, 충고

Chưa yêu lần nao biết ra làm sao
楮　懙　吝市　別魞　宀牢
쯔어 이에우 런 나오 비엣 자 람 사오

Biết trong tình yêu như thế nào
別　魟　情　懙　如　勢　市 ？
비엣 쫑 띤 이에우 녀 테 나오

한번도 사랑한 적 없는데 어떻게 할지 어찌 알까요
사랑이 어떤 건지 알고

　　　　　　　　lần nao 吝市런 나오/한뷘도
　　　　　　　　biết ra別魞 비엔 자/알게되다
　　　　　　　　làm sao 宀牢 람 사오/어찌하여
　　　　　　　　tình yêu 情懙 띤 이에우/사랑
　　　　　như thế nào如勢市 녀테나오/ 어떠한지

Sông sâu là bao nào đo được đâu
滝　溇罗包节度得丢
송　써우 라 바오 나오 도 드억 더우

Lòng người ta ai biết có dài lâu
悆　得扡埃別固餒数
롱 응어이 따 아이 비엣 꼬 자이러우

깊은 강을 재어볼 수 없듯이
사람들의 마음이 영원한 지 어찌 알겠나

sông 滝 쏭/강
sâu 溇 써우/깊은
đo度 도/재다
được đâu 特丢 드억 더우/어찌하다
lòng 悆 롱/마음
người ta 得扡 응어이따/사람들
ai 埃 아이/누구
dài lâu 餒数 자이 러우/길다

Qua bao thời gian sống trong bình an
過　包時間觟舩平安
꾸아 바오 터이 쟌 송 쫑 빙 안

Lỡ yêu người ta gieo trái ngang
䃃悽　得扡挍㼝卬
러 이에우-응어이 따 재오 짜이 응앙

시간에 따라 삶은 평온 속에
사랑을 놓친 사람들이　나쁜 사랑을 하고있어

qua bao 過包 꾸아 바오/지나가다
thời gian 時間 터이 쟌/시간
sống 觟송/ 살다
bình an 平安 빙안/평온
lỡ 䃃 러/잃다
gieo 挍 재오/퍼뜨리다
trái ngang 㼝卬 짜이응앙/꼬드기

53

Nông sâu tùy sông làm sao mà trông
濃 溇 隨 滝 ⼧牢 麻 瞳
농 서우 뜨이 송 람 사오 마 쫑

Chưa đổ bến biết nơi nào đục trong
楮 杜 淩 別 坭 芇 濁 㵢
쯔어 도 벤 비엣 너이 나오 듭 쫑

좁은지 깊은지는 왜 보기에 따라 달라지나
아직 부두에 닿지 않았는데 어찌 청탁을 알겠나

nông sâu 濃溇 농 서우/얕고깊음
tùy (隨)
sông 滝 쏭/강
làm sao ⼧牢 람 사오/어찌하여
trông 瞳 쫑/기대하다, 보다
đổ 杜 도/도달하다
bến 淩 벤/정류장
biết 別 비dpe/알다
nơi坭 너이/곳
đục trong 濁㵢 듭쫑/흐리고 맑음

Rồi người ta đến theo họ hàng đôi bên
耒 得 摋 跙 蹺 戶 行 對 边
조이 응어이 따 덴 태오 호 항 도이 벤

Một ngày nên duyên một bước em nên người vợ hiền
爻 馹 𫀱 緣 爻 跛 㛪 馹 得 媷 賢
못 응아이 넨 쥬웬 못 브억 앰 넨 응어이 붜 히엔

벌써 사람들이 양 친척들을 따라 오네요
오늘 인연의 첫발자국 내가 정숙한 아내가 된다고

theo 蹺 테오/~에 따라
họ hàng 戶行 호항/친척
đôi bên 對边 도이벤/양쪽
một ngày 爻馹 몯응아이/오늘
nên爻 넨/~이 되다 bước 跛 브억/걸음
vợ 媷 붜/처 hiền 賢 히엔/온순한

54

Bỏ lại sau lưng bầy em ngơ ngác đứng trông theo mắt
đượm buồn
捕 吏 豺 髏 俳 媕 睄 咢 竳 瞔 蹺 眛 淡 悃
보 라이사우릉 버이앰 응어 응악 등 쫑 태오 만 드엄 부온

Thầy mẹ vui hơn mà lệ tràn rưng rưng
倳 媄 恠 欣 麻 淚 滇 凌 凌
터이 매 부이 헌 마 레 짠 릉 릉

사람들 뒤로 남겨진 나 슬픔 물든 눈으로 멍하게 서있네요.
부모님은 그리 기뻐하며 눈물 가득 흘리시네

bỏ 捕 보/버리다, 내놓다
lại sau 吏豺 라이 사우/뒤에
lưng bầy 髏俳 릉 버이/그들 뒤에
ngơ ngác 睄咢 응어응악/망연하다
đứng竳 등/일어서다

trông theo 瞔蹺 쫑 테오/~로 바라보다
mắt 眛 만/눈
đượm淡 드엄/물든
buồn 悃 부온/슬픔
lệ 淚 레/눈물
tràn 滇넘치다.
rưng rưng 凌 눈물고이다

Dặn dò con yêu phải sống theo gia đạo bên chồng
吲 哾 琨 愮 沛 秴 蹺 家道 边 軟
잔 조 꼰 이에우파이송 태오 쟈 다오 벤 쫑

Bước qua dòng sông hỏi từng con sông
跛 過 洶 滝 嗨 層 琨 滝
브억 꾸아 종 송 호이 뜽 꼰 송

사랑하는 아이에게 시집따라 살라고 이르시네
강을 건너며 강에게 물어보네

dặn dò 吲 哾타이르다
gia đạo 家道집안 법도

chồng 軐 쫑/남편
bước 跛 브억/걸음
dòng sông 洶滝강물
hỏi 嗨 호이/ 묻다
hỏi từng 물어보다
con sông 混滝 꼰송/

Đời người con gái không muốn yêu ai được không?
甚　得　混　妳　空　憫　慄　　埃　得　空
더이응어이 꼰 가이 콩 무온 이에우 아이 드억 콩?

이 소녀 한평생 아무도 사랑하지 않으면 안되는지
đời 甚 더이/인생

8 Ánh Nắng Của Anh
映曠貼傛
아잉낭 꾸어 아잉 / 나의 햇살

가수 : Đức Phúc

Từ bao lâu nay
自 包 数 尼
뜨 바오 러우 나이

Anh cứ mãi cô đơn bơ vơ
傛 拠 買 孤 單 巴 爲
아잉 끄 마이 꼬 던 버 붜

그때부터 지금까지 오랫동안
난 오랬동안 외롭고 쓸쓸했어

cứ mãi 拠買 끄마이/계속
cô đơn 孤單 꼬 던/외로운
bơ vơ 巴爲 버붜/쓸쓸한

Bao lâu rồi ai đâu hay
包 数 耒 埃 兜 咍
바오 러우 조이 아이 더우 하이

Ngày cứ thế trôi qua miên man
舠 拠 勢 潘 過 沔 熳
응아이 끄 테 쪼이 꾸아 미엔 만

많은 시간이 지났지만 아무도 잘 몰라
하루하루 그저 끊임없이 흘러가고 있네

hay 咍 하이/알다
đâu 兜 더우/어디
ngày 舠 응아이/날
cứ 拠 끄/계속, 그저

cứ thế 拠勢 끄테/마냥
trôi qua 潘過 쪼이꽈/시간이 흐르다
miên man 沔熳/끊임없는

Riêng anh một mình nơi đây
穪 偀 爻 軨 坭 低
지엥 아잉 몯 밍 너이 더이

Những phút giây trôi qua tầm tay
仍 發 之 潘 過 尋 搋
녕 풋 져이 쪼이 꾸아 떰 따이

오직 나 혼자 여기 이곳에
많은 시간들을 흘려 보내고

riêng 穪 지엥/자신의, 개인의
một mình 爻軨 몯밍 /혼자서
nơi 坭 너이/곳
đây 低 더이/여기에
những 仍 복수를 나타내는 품사, 항상
phút 發 푿/순간, 분, 시간
giây 之/져이/순간, 초
phút giây 發之 푿져이/시간, 내내
tầm tay 尋搋 떰따이/~이 되다, ~에 미치다

Chờ một ai đó đến bên anh
徐 爻 埃 妬 䠆 边 偀
쩌 못 아이 도 덴 벤 아잉

Lắng nghe những tâm tư này
嗻 聑 仍 心 思 尼
랑 응에 녕 떰 뜨 나이

누군가 내 옆에 오기를 기다려요
내 마음의 소리에 귀기울여봐요

chờ 徐 쩌/기다리다
một ai đó 몯아이도/누군지
lắng nghe 嘲瞫 랑 응에/귀 기울이다
tâm tư 心思 떰뜨/마음
này 尼이(곳,것)

Là tia nắng ấm
罗 晬 曠 唔
라 띠아 낭 엄

Là em đến bên anh
罗 㛪 跙 边 侒
라 앰 덴 벤 아잉

당신은 따뜻한 햇살
당신은 내 곁으로 와

tia 晬 띠아/한 줄기 빛
nắng ấm 曠唔 낭엄/양기, 햇살

Cho vơi đi ưu phiền ngày hôm qua
朱 濔 㐁 憂 煩 鈤 歆 過
쪼 붜이 디 으우 피엔 응아이 홈 꽈

Nhẹ nhàng xóa đi bao mây đen vơi quanh cuộc đời nơi anh
輕 樣 舍 㐁 包 霙 黰 濔 迷 局 蘭 坭 侒
네 냥 쏘아 디 바오 머이 댄 붜이 꾸앙 꾸옥 더이 너이아잉

지난 슬픔들을 사라지게 했어요
저의 인생 주위의 먹구름들을 사라지게 했습니다

cho 朱 쪼/ 주다,~하게 해주다
vơi 濔버이/줄어들다,내려가다.
đi 㐁 디/가다
ưu phiền 憂煩 으우 피엔/근심뭔민하다.
hôm qua 歆過 홈꽈/어제
nhẹ 輕 녜/가볍게하다
nhẹ nhàng 輕樣 녜냥/가벼운

59

xóa 舍 쏘아/ 지우다

mây 霙 머이/구름

đen 顒 덴/검은

mây đen 霙顒 머이댄/먹구름

quanh 迻 꾸아잉/ 주위의

cuộc đời 局苠 꾸옥더이

Phút giây anh mong đến tình yêu ấy
發 之 俠 懞 疸 情 慄 伩
푼 져이 아잉 몽 덴 띤 이에우 어이

Giờ đây là em người anh mơ ước bao đêm
徐 低 罗 婝 得 俠 迷 約 包 點
져 더이 라 앰 응어이 아잉 머 으억 바오 뎀

지금이 사랑이 오기를 기다렸던 그 순간
내 오래도록 꿈꿔왔던 그 사람 바로 당신

mong 懞 몽/기원하다

tình yêu 情慄 띤 이에우/사랑

ước mơ 約迷 으억머/ 꿈

bao đêm 包點 바오뎀/오래도록

Sẽ luôn thật gần bên em
吶 輪 實 斯 边 婝
세 루온 텃 건 벤 앰

Sẽ luôn là vòng tay ấm êm
吶 輪 罗 眶 㧣 暗 婝
세 루온 라 봉 따이 엄 앰

항상 당신 곁에 있을게
항상 따뜻하게 손을 잡아줄게

thật luôn 實輪 텃 루온/진짜로

gần 斯 건/가까운

vòng tay 眶㧣 봉따이/손을 쥐다

60

Sẽ luôn là người yêu em
吧 輪 罗 得 悷 㛪
세 루온 라 응어이 이에우 앰

Cùng em đi đến chân trời
共 㛪 扬 䜐 蹎 盃
꿍 앰 디 덴 쩐 쩌이

항상 당신 사랑할게
당신 함께 하늘 끝까지 갈게

luôn 輪 루온/항상
chân trời 蹎盃 쩐쩌이/하늘 끝

Lắng nghe từng nhịp tim anh
唥 聑 層 喋 心 㑒
랑 응에 뜽 닙 띰 아잉

Lắng nghe từng lời anh muốn nói
唥 聑 層 盃 㑒 憫 吶
랑 응에 뜽 러이 아잉 무온 노이

내 심장소리를 들어봐
내 하고 싶은 말을 들어봐

nhịp tim 喋心 닙띰/심장박동
lời 嗹 러이/말
muốn 憫 무온/원하다
nói 吶 노이/말하다

Vì em luôn đẹp nhất khi em cười
為 㛪 輪 慄 一 欺 㛪 唭
뷔 앰 루온 댑 녓 키 앰 끄어이

Vì em luôn là tia nắng trong anh
為 㛪 輪 罗 晽 曠 䏶 㑒
뷔 앰 루온 라 띠아 낭 쫑 아잉

61

당신 웃을 때 가장 예쁘니까
당신 항상 나의 햇살이기에

đẹp nhất 慄一 댑녇/제일 예쁘다
Khi 欺 키/~때
cười 唭 끄으이/ 웃

Không xa rời
空　　柁 來
콩　　싸 저이

Bình minh dẫn lối
平　明　引　躆
빙　밍　견　로이

멀리 떨어지지 마
새벽이 길을 인도해주네

xa 柁 싸/ 먼
rời 來 저이/떨어진
bình minh 平明 빙밍/새벽
dẫn lối 引躆 견로이/인도하다

Ngày sau có em luôn bên anh trên con đường ta chung lối
鮾　鮢固俺輪 边 侅 蓮 琨 塘 挩 鐘 塿
응아이 사우꼬 앰 루온 벤 아잉 젠 꼰 드엉 따 쭝 로이

Niềm hạnh phúc như trong cơn mơ
念　幸　福　如　融　干　迷
니엠 하잉 폼 녀 쫑 껀 머

그 날 후 당신 항상 내 곁에 길을 같이 걷네
꿈 속 처럼 행복해

trên 蓮 젠/~위에
ta 挩 따/우리
chung 鐘 쭝/공동의, 모으다
lối 塿 로이/길
niềm 念니엠 /생각하다
hạnh phúc 幸福 하잉폼/ 행복
cơn mơ 干迷껀머/꿈

62

Chưa bao giờ anh nghĩ tới
楮　包　暴　供　扲　細
쯔어 바오　져 아잉 응이 떠이

Phút giây ta trao nhau tình yêu ấy
發　之　摋　掉　嬈　情　慄　衣
풋　져이　따 짜오 냐우　띤 이에우어이

이때껏 생각 해보지 못했어
우리 서로 사랑 하는 이 순간을
　　　　　　nghĩ tới 扲細 응이 떠이/~에 대해 생각하다
　　　　　　trao nhau 掉嬈/주고받다

Giờ đây là em
徐　低　罗　媕
져　더이 라 앰

Người anh sẽ mãi không quên
得　供　吪買　空　捐
응어이 아잉 세 마이 콩　꿴

내 사랑 바로 당신
난 당신을 잊지 않을거요

　　　　　　　　mãi 買 마이/계속
　　　　　　quên 捐 꾸엔 /잊다

9 Em Đồng Ý Nha
俺同意

앰 동이 냐/ 너 허락하는거니

가수 : Nguyễn Quang Quý

Ai cũng mong có một tình yêu
埃　共　懛　固　乂　情　悽
아이 꿍 몽　 꼬　못 띤 이에우

Cũng mong được hạnh phúc giống như bao người.
共　懛　得　幸　福　貙　如　包　得
꿍　몽　드억　하잉　폽　종　 녀 바오 응어이

누구나 하나의 사랑을 꿈꾸고
사람들처럼 행복을 얻기를 꿈꾼다네

mong 懛 몽/기원하다
giống 貙 종 닮은
như 如 녀/~같이

Tìm đâu ra một nữa yêu thương
尋　兜　𦋦　乂　姅　悽　傷
띰　더우　자　못　느어 이에우 트엉

để có thể viết nên câu chuyện
抵　固　勢　別　𦤾　句　嘖
데 꼬　테 비엣 넨 꺼우 쭈웬

어디서 또 하나의 사랑을 찾고
그리하여 사랑을 이룰 수 있나

nữa 姅 느어/~더 이상
thương 傷 트엉/사랑하다
yêu thương 悽傷 이에우트엉/사랑

để抵 데/để 두다,~하기 위해
có thể 固勢 꼬테/~할 수 있다
nên钺 넨/~이 되다
câu chuyện 句嘽 꺼우쭈웬/이야기

Về tình yêu mà anh đã nghĩ suy bấy lâu.
術 情 悾 麻 傸 㐌 抟 推 卑 数
쮀 띤 이에우 마 아잉 다 응이 수이 버이 러우

Anh chỉ cần những điều giản đơn,
傸 只 勤 仍 條 簡 單
안 찌 껀 녕 디에우 쟌 던
사랑에 대해 난 오랫동안 생각해봤다네
난 그저 간단한 것들만 있으면 되요

về 術 베/~에 대해
nghĩ suy 抟推 응이수이/생각하다
bấy lâu 卑数 버이러우/오랫동안
chỉ cần只勤 /그저~이면 된다
điều 條 디에우/단지
giản đơn 簡單 쟌던/간단

Chẳng cần những gì xa hoa khi ta sống chung mái nhà.
丞 勤 仍 之奢 華 欺 拸 鵝 鐘 � 茄
짱 껀 녕 지 싸 호아 키 따 송 쭝 마이 냐

Dù mai ngày mai tương lai ra sao,thì anh sẽ luôn luôn vì
nhau
呭 昒 旹 昒 將 來 酦 牢, 時 傸 吼 輪輪 位 僥
주 마이응아이마이 뜨엉라이 자사오,티아잉세루온루온비냐우

화려한 것은 필요 없어, 우리가 같은 지붕아래 살 때
장래가 어찌 되든 지, 난 항상 서로 같이 있을거야

chẳng 丞 짱/아무~도 없이
cần勤 껀/필요
xa hoa 奢華 싸호아/호화로운
chung 鐘 쭝/공동의, 모으다
mái � 마이/지붕

65

dù 咮 쥬/어떻든
ngày mai 時耒 응아이마이/내일
sao 牢 사오/어찌
thì 時 티/그런데, 그려면
vì nhau/서

Để cho em có được trọn vẹn niềm hạnh phúc như lúc đầu
抵 朱 㭲 固 得 掄 援 念 幸 福 如 昹 頭
데 쪼 앰 꼬 드억 쫀 밴 니엠 하잉 푹 녀 룹 더우

Và anh muốn bước tiếp cùng em đến nơi hạnh phúc muôn trùng
吧 傛 憫 跰 接 共 㭲 跶 坭 幸 福 萬 重
봐 아잉 무온 브억 띠엡 꿍 앰 덴 너이 하잉 푹 무온쭝

당신에게 처음으로 완전한 행복을 주기 위해서요
난 당신과 같이 행복 가득한 그곳으로 걸어가고 싶어

và 吧 봐/그리고
trọn vẹn niềm 掄援/ 완전한
lúc 昹 룹 /~할 때
lúc đầu 昹頭 룹더우/처음
muôn trùng 萬重 무온쫑/한없는

Và anh muốn là người đàn ông dù đến sau nhưng là cuối cùng.
吧 傛 憫 罗 得 弾 翁 咮 跶 𥐮 仍 罗 檜 窮
봐아잉무온 라 응어이 단 옹 주 덴 사우녕 라 꾸오이 꿍

Và em có biết không anh đã sắp xếp tất cả chờ đến một ngày
吧 㭲 固 别 空 傛 㐌 插 攝 畢 奼 徐 跶 乂 𩞺
바 앰 꼬 비엣콩 아잉 다 삽 쎕 떳 까 쩌 덴 몯 응아이

난 당신에게 나중에 왔지만 마지막 남자가 되고 싶어
당신은 모르지 내가 오늘이 오길 기다리며 모두 준비한 것을

đàn ông 弾翁 단 옹/남성
nhưng 仍 녕/ 그래도
cuối cùng 檜窮 /마지막의

66

cuối 檜 꾸오이/ 끝
sắp xếp 插攝 /배치하다
Tất cả 畢哿 떳까 /모두
chờ 徐 쩌/기다리

Em nói đồng ý thì anh sẽ rước em về ngay
淹 吶 同 意 時 俺 吽 逴 淹 術 証
앰 노이 동 이 티 아잉 쌔 즈억 앰 베 응아이

Và anh muốn lúc bây giờ đây có thể ôm em trong tay
吧 俺 憫 昳 睤 晬 低 固 體 掩 淹 軸 抳
바 아잉 무온 룹 버이져 더이 꼬 테 옴 앰 쫑 따이

당신이 허락한다면, 당신을 바로 맞이 할께요
그리고 저는 지금 당신을 품안에 안아 주고 싶어요

rước逴 즈억 /맞이하다
về ngay 術証 베 응아이/바로~하겠다
bây giờ 睤晬 버이 져/지금
ôm 掩 옴/껴안다
trong tay 軸抳 쫑따이/손 안

Và người yêu ơi em đâu hay anh ước mong chỉ có thế này
吧 得 憭 伩 淹 兜 哈 俺 約 懞 只 固 體 尼
바응어이 이에우어이앰 더우하이 아잉 으억몽 찌 꼬 테나이

Một vợ hai con ba lầu và bốn bánh
爻 媠 佁 𡥵 吧 樓 吧 罕 輧
못 붜 하이 꼰 바 러우 바 본 바잉

사랑하는 당신, 알고 있나요 난 단지 이런 걸 바랄뿐
아내 한 사람, 아이 둘, 3층 집과 사륜차

hay 哈 하이/알다
đâu 兜 더우/어디
vợ 媠 버/처
hai 佁 하이/둘
con 𡥵 꼰/아이
lầu ba 樓吧 러우 바/3층집

bốn bánh𦊚軿 본 바잉/4륜차

Đến khi ngày tóc đã bạc trắng ta vẫn luôn thấy yêu đời
𨀈 欺 𣈜 𩯀 㐌 白 𤽸 𢧲 吻 輪 𧡊 𢞅 低
덴 키 응아이똡 다 박 짱 따뷘 루온터이 이에우더이

Dù cho có mưa giông hay bảo tố đi qua
油 朱 固 𩅹 𩙍 咍 暴 𩙌 𠫾 過
주 쪼 꼬 므어 죵 하이 바오 또 디 꾸아

머리가 하얗게 되는 날까지, 여전히 늘 사랑합시다
거센 비바람, 폭풍우가 몰려온다고 해도

tóc 𩯀 똡 /머리카락
bạc trắng 白𤽸 박짱/허연
vẫn 吻 뷘/여전히
thấy𧡊 터이/보이다
mưa giông 𩅹𩙍 므어종 /폭풍우
bão tố 暴𩙌/폭풍

Anh vẫn sẽ bên cạnh em không bao giờ để cách rời
俟 吻 𠱊 边 竟 㛪 空 包 𣉹 抵 隔 徠
아잉 뷘 쌔 벤 까잉 앰 콩 바오저 데 깟 저이

Cầm bàn tay anh đi người ơi
扲 𦝄 𢬣 俟 𠫾 𠊛 喂 !
껌 반 따이아잉 디 응어이 어이

난 항상 당신 곁에 잠시도 떨어지지 않을래
내 손을 잡고 가자 연인이여

bên cạnh 边竟 벤 까잉/옆의
cách rời 隔徠 /떨어지다
cầm 扲 껌/누르다, 잡다
bàn tay𦝄𢬣 /손

Dù cho bao gian nan đầy vơi
油 朱 包 艱 難 𣹓 潙
주 쪼 바오 지안 난 더이 붜이

Thì ta vẫn luôn bên cạnh nhau
時 些 吻 輪 边 竟 憢
티 따 뭔 루온 벤 까잉 냐우

많은 힘든 일이 있더라도
우리 항상 서로 옆에 있어줘요

dù 油 주/~이든
bao 包 바오 /~에 이르다,~에 들어가다
gian nan 艱難 지안 난/어려운
đầy 荙 더이/가득하다
vơi 溈버이/줄어들다,내려가다
thì 時 티/그런데, 그러면

Một vợ hai con ba lầu và bốn bánh
爻 媉 台 㹥 吧 樓 吡 罘 軿
못 뷔 하이 꼰 바 러우 바 본 바잉

Đó là điều anh hằng ao ước khi em là vợ của anh
妬 罗 條 俀 恒 呦 約 欺 媕 罗 媉 貼 俀
도 라 디에우아잉항아오으억 키앰 라 뷔 꾸어 아잉

아내 한 사람, 아이 둘, 3층 집과 사륜차
당신이 내 아내이면, 이것이 내가 바라는 것

đó 妬 도/그것
hằng 恒 항/언제나
ao 呦 아오/바라다
khi 欺 키/~때에
vợ 媉 뷔/처
của 貼 꾸어/~의

69

10 Không yêu đừng gây thương nhớ

空悗停 咳傷㤅
콩 이 에 우 등 거 이 트 엉 녀
사랑하지 않으면 슬프게 하지마

가수 : LYLY & KARIK

Nếu anh đang mơ về một người con gái khác
吶 㑋 當 瞞 術 爻 䏍 琨 妸 恪
네우 아잉 당 머 베 못 응어이 꼰 가이 카악
만약 지금 당신이 다른 여자를 꿈꾸고 있다면

nếu 吶 네우/만약에
đang 當 당/~하고있다
mơ 瞞 머/ 꿈
về 術 베/~에 관하여
người khác 倅恪 응어이 카악/다른 사람
khác 恪 카악/다른

Nếu anh đang tìm niềm vui từ ai đó khác
吶 㑋 當 尋 念 愶 自 埃 妬 恪
네우 아잉 당 띰 니엠 부이 트 아이도 카악
만약 당신이 다른 사람으로부터 기쁨을 얻고자 생각한다면

tìm 尋 띰/찾다
niềm 念 니엠/생각,념,감
vui 愶 부이/즐거움
từ 自 뜨/~으로 부터
ai 埃 아이/누구
đó 妬 도/저기, 저기에

Cứ nói ra hết đừng để e mãi chờ mong
拠 吶 黜 歇 停 抵 哎 𠡚 徐 懞
끄 노이 자 헷 등 데 애 마이 쩌 몽
그냥 말해버려요 질질 끌고 있지 말고

cứ 拠 끄/그저
hết 歇 헷/끝나다

70

nói ra hết呐黜歇/털어놓다
nói 呐 노이/말하다
ra 黜 자/나가다, 나오다
hết 歇 헷/끝나다
đừng 停 등/~마라
để 抵 데/~을 하고자
e 哇 애/ 수줍어하다, 겁내다
mãi 𩛖 마이/ 쭉, 계속
chờ mong/기다리다
chờ 徐 쩌/기다리다
mong 懞 몽/바라다, 희망하다

Dẫu tim buồn đau nhưng em sẽ ko níu giữ
咻 尋 恌 疠 仍 㛪 吇 空 扭 𠸨
저우 띰 부온 다우 녕 앰 쌔 코 니우 즈어
비록 쾌락을 찾아가는 건 아프나 난 붙잡지 않을래
dẫu 咻 저우/비록~이지만, 설령~라도
đau 疠우/아픈
nhưng 仍 녕/그러나
sẽ 吇 쌔/~할 것이다
ko không 空/아니하다
níu 扭 니우/붙잡다
giữ 𠸨 즈어/유지하다/지키다

Nếu không yêu em xin anh đừng gây nhớ thương
吶 空 愞 㛪 吁 偀 停 咳 恟 傷
네우 콩 이에우앰 씬 아잉 등 거이 녀 트엉
비록 날 사랑하지 않아도 제발 상처는 주지 마
xin 吁 씬/청하다, 요구하다
đừng 停 등/하지마
gây 咳 거이/ 야기하는
nhớ 恟 녀/기억하다
thương 傷 트엉/상처

Đừng cứ khiến em ngập trong những nghĩ suy về anh
停 拠 遣 㛪 汲 𥢆 仍 抧 推 術 偀
등 끄 키엔 앰 응압 쫑 녕 응이 수이 붸 아잉
나로 하여 당신 생각에 눈물 젖게 만들진 마
khiến 遣 키엔/~하게 하다

ngập 汲 ngập 응업/젖다
trong 艟 쫑 /속에
仍 녕/~들
nghĩ suy 抅推 응이수이/생각하다

Hãy để em hiểu rằng anh thuộc về ai mất rồi
駭 抵 婰 曉 浪 俀 属 術 埃 佚 耒
하이 데 앰 히에우 장 아잉 투옥 붸 아이멋 조이
나로하여 당신은 이미 누군가의 것이 된 걸 알게 해줘

*hãy 駭 하/부탁하다
*để 抵 데/ 놓다
*hiểu 曉 히에우 /이해하다
*rằng 浪 장/ ~한다고, ~이라고
thuộc về 属術/~에 속하다
*ai 埃 아이 /누구
mất rồi 佚耒멋 조이/~되어버리다
mất 佚 멋/잃다, 걸리다, 들다
rồi 耒 조이/이미~했다

Chỉ là em đang yêu đơn phương thế thôi
只 罗 婰 當 悷 單 方 勢 催
찌 라 앰 당 이에우 드언 프엉 테 토이

단지 난 짝사랑 하고 있을 뿐

Chỉ只/단지
Chỉ là 只罗/다만
đơn phương 單方/일방적, 짝사랑
thế thôi 테토이/그것일 뿐
thế 勢 테/~인
thôi 催 토이/그냥~일 뿐

Cuộc tình này tan vỡ rồi, tan vỡ rồi, tan vỡ rồi
局 情 呢 散 破 耒 散 破 耒 散 破 耒
꾸옥 띤 나이 딴 붜 조이 딴 붜 조이 딴 붜 조이
이 사랑의 감정은 다 흩어져 버렸네 다 흩어져 버렸네
cuộc tình 局情 꾸억 띤/ 사랑의 감정
tan vỡ 散破 딴붜/사방으로 흩어지다

72

Mọi chuyện dường như đã kết thúc dù chưa có lúc bắt đầu
每 嘽 樣 如 皂 結束 油 楮 固 昹 撥頭
모이쭈엔 즈엉 녀 다 껫툭 주 쯔어 꼬 룹 밧더우
아직 시작도 안했는데 이미 끝나버린 듯한 이야기

chuyện 嘽 쭈엔/이야기, 일
dường như 樣如 즈엉녀/~같다, 마치 …처럼.
đã 皂 다/~했다
kết thúc 結束 껫툭/ 끝
dù chưa 주쯔어/아직~안했다
dù 油 주/~임에도 불구하고
chưa 楮 쯔어/아직~안했다
lúc bắt đầu 昹撥頭/애당초
lúc 昹 룹/~때
bắt đầu撥頭/시작하다

Mình chẳng thể bên nhau cũng bởi vì
艊 丞 勢 边 憢 拱 螺 爲
밍 짱 테 벤 냐우 꿍 버이 뷔
우린 그래서 같이 할 수 없어

mình 艊 밍/우리, 저희
chẳng thể丞勢/~이 될 수 없다
chẳng 丞 짱/아무~도 없이, 결코~아니다
bên nhau 边憢 벤냐우/서로서로
bên 边 벤/곁
cũng bởi vì拱螺爲 /~이라서
bởi vì 螺爲 버이 비/~한 때문에

Lựa chọn con tim ta chẳng thể theo lí trí
攄 撰 琨 心 㩳 丞 勢 遶 理智
르어 쫀 꼰 띰 따 짱 테 테오 리 찌
우리들 마음의 선택은 결코 이성에 따르지 않아

lựa chọn 攄撰/르어 쫀/ 선택하다
con tim琨心 꼰띰/마음
ta 㩳 따/우리
theo 遶 테오/따르다
lí trí 理智 리찌/이성

73

Gặp nhau làm chi để em cứ đợi,
返 僥 𫜵 只 抵 𡛔 扨喙,
갑 냐우 람 찌 데 앰 끄 도이

em chứ chờ mà anh hững hờ
𡛔 chứ 徐 麻 俟 興 噓
앰 쯔 쩌 마 아잉 흥 허

만나면 넌 조르지만, 난 별 관심없어

★gặp nhau 返僥 갑 냐우/서로 만남
★làm 𫜵 람/일하다,만들다
★để 抵 데 ~하려고
cứ đòi 扨喙/조르다, 계속 요구하다
chứ 쯔/강조하기 위해서 접붙이는 말
chờ 徐 쩌/기다리다
mà 麻 마/그런데
hững hờ 興噓 흥허/냉담한.

Thì ra yêu đơn phương rất khó em biết phải thế nào đây?
辰 黜 慳 單 方 慄苦 𡛔 别 沛勢芇低
티 자이에우 던 프엉 젓 코 앰 비엣 파이 테 나오더이
사실 짝사랑이란 고통스러운 것 너도 어떤 지는 알텐데

thì ra辰黜 티자/사실은
yêu đơn phương 慳單方 이에우던프엉/짝사랑
rất khó 慄苦 젓코/고통스럽다
biết别 비엣/알다
phải 沛파이/~해야만한다
thế nào勢芇 테나오/어떻게
đây低 더이/~일텐데

Bởi vì trái tim anh chẳng có em
𡗶爲 債 心 俟 丞 固 𡛔
버이뷔 짜이 띰 아잉 짱 꼬 앰
왜냐면 내 마음은 너에게 있지 않으니까

bởi vì 𡗶爲 버이 비/왜냐면,~한 때문에,~이기에
trái tim 債心/ 마음

Thì thôi em chỉ biết lùi về phía sau

辰 催 淹 只 別 踮 術 䞍䴆
티 토이 앰 찌 비앳 루이 베 피아싸우

Nhìn theo anh
眤 蹺 俺
닌 테오 아잉

넌 그저 뒤로 물러서 나를 봐야되는 걸 알겠지

chỉ 只 찌/단지~할 수 있다
lùi 踮 루이/뒤로 물러서다
phía sau 䞍䴆 피아싸우/뒤쪽
nhìn 眤 닌/보다

RAP:

Anh không nói anh nhớ em đâu có nghĩa hình bóng
俺 空 吶 俺 忬 淹 兜 固 義 形 俸
아잉 콩 노이 아잉 녀 앰 더우 꼬 응이어 힝 봉

em một ngày anh không nghĩ đến
淹 爻 馶 俺 空 義 �
앰 못 응아이 아잉 콩 응이어 덴

내가 너를 그리워한다고 말하지 않는다고 해서
하루도 너를 생각하지 않는다는 뜻은 아니야

nhớ 忬 녀/기억하다, 그리다
có nghĩa 固義 꼬 응히아/의미하다
nghĩa 義 응히아/생각하다
hình bóng힝봉形俸/모습

Anh im lặng trước tình cảm em sẽ chia đâu có
俺 奄 朗 趫 情 感 淹 仕 支 兜 固
아잉 임랑 쯔억 띤 깜 앰 쎄 찌어 더우 꼬

nghĩa sau giấc ngủ anh sẽ quên
義 䴆 哦 胖 俺 仕 湏

75

응이어 싸우 쟉 응우 아잉 쎄 꿴

내가 너의 감정을 나눌 때 침묵한다고 해서 잠깬 후 너를 잊는다는 뜻은 아니야

im lặng 奄朗 임랑/침묵하다, 입닫다
trước𤨟 쯔억/앞,전에
*Tình cảm 情感 띤깜/ 마음
chia sẻ 支仕 찌어 새/기쁨·고통을 나누다.
sau𢀭 싸우/뒤,나중
giấc ngủ 㗂胙 적응우/잠
quên 涓 꿴/잊다

Anh giấu hết tình cảm những khoảnh khắc khi gần nhau
俟 揞 歇 情 感 仍 頃 刻 欺 近 憢
아잉 져우 헷 떤 깜 녕 꽈잉 카익 키 건 냐우
나는 함께 있을 때 모든 감정을 숨겼어

giấu 揞 져우/숨기다
hết 歇 헷/끝내다, 모두
khoảnh khắc 頃刻 콰잉카잌/아주짧은 시간.
gần nhau近憢/인접한, 가까이

Những lần mình cười nói, những rung động ngay lần đầu
仍 吝 軀 唭 吶 仍 容 動 晿 吝 頭
녕 런 밍 끄어이노이 녕 중 동 응아이 런더우
우리가 웃고 이야기했던 순간들, 첫 만남에서의 설렘들

những 仍 녕/명사앞에서 복수형
lần 吝 런/횟수
mình 軀 밍/우리
cười nói 唭吶/끄어이 노이/웃고떠들다
rung 容 중/흔들리다
động 動 동/움직이다.
rung động/흔들려 움직이다
ngay lần đầu 晿吝頭 응아이런더우/첫날

Vì sợ duyên chưa trọn, đã vội vã nhiều lần đau
為 慒 緣 𣗓 終 㐌 倍 且 𢟣 吝 疠
뷔 써쥬엔 쯔어 쫀 다 보이봐 니에우런 다우

인연이 이뤄지 않을까 무서워 서둘러 많은 상처를 받았어

Vì 為 뷔/~때문에

sợ 悁 서/무섭다

duyên 緣 쥬엔/인연,연분

chưa 楮 /~아니하다

trọn 쫀 終/완전하다

đã 㐌 다/~했다

vội 倍 보이/서둘러

vã 且 봐/두서없이

nhiều 蔕 니에우/많은

lần 吝 런/횟수

đau 疠 다우/아픔,상처

Câu chuyện mình từ đó sẽ không còn yêu phần sau
句　嚩　艆　自妬　吶　空　群　悷　分　黻
꺼우 츄웬 밍　뜨 도 쌔 콩　꼰 이에우편싸우
그 이후 우리의 이야기는 더 이상 사랑이란 없어

câu chuyện 꺼우 츄웬/이야기

từ đó 自妬 뜨도/그 때부터,그 이후로

đó 妬 도/그것

còn群 꼰 /남다,여전히

phần sau 分黻편싸우/뒷편,뒷부분

Đâu phải muốn là sẽ được,
兜　沛　憫　罗　吶　得
더우 파이 무온 라 쌔 드억

có những chuyện mãi mãi chỉ nằm sau phía trời mây
固　仍　嚩　𣵂　𣵂　只　舑　黻　𧆄　歪　梅
꼬 녕　쭈엔　마이마이 찌 남　싸우피어 쩌이머이

원한다고 다 잘 되는 건 아니야.
영원히 하늘 구름 뒤에 남아 있는 일들도 있어

sẽ được吶得 쌔드억/잘 되다

mãi mãi 𣵂 𣵂 마이 마이/ 영원히

nằm 舑 남 /눕다

sau phía黻𧆄 싸우피어/뒷편에

77

trời 𡗶 쩌이/하늘
mây 梅 머이/구름

Biết đời không như mơ ước nhưng tận đáy lòng anh
別 𧵑 空 如 𣉹 約 仍 尽 底 𢚸 㑲
비엣 더이 콩 녀 머 으억 녕 떤 다이 롱 아잉

vẫn muốn nói những lời này
吻 𢜏 吶 仍 𠳒 尼
뷘 무온 노이 녕 러이 나이

인생이 꿈처럼 되지 않는다는 걸 알지만, 마음 깊은 곳에서는 여전히 이 말을 하고 싶어

đời 𧵑 더이/일생
mơ ước 𣉹約 머윽/꿈
nhưng 仍 녕/그러나
tận đáy lòng 尽底𢚸/속마음
đáy 底 다이/밑바닥.
lòng 𢚸 롱/마음
vẫn 吻 뷘/여전히
lời 𠳒 러이/말

Anh thích, anh yêu, anh thương em nhiều
㑲 適 㑲 𢞅 㑲 傷 𡛔 𡗉
아잉 틱 아잉 이에우 아잉 트엉 앰 니유

Nên anh muốn, anh cần, anh mong em hiểu
𢧚 㑲 𢜏 㑲 勤 㑲 懞 𡛔 曉
넨 아잉 무온 아잉 껀 아잉 몽 앰 히에우

나는 너를 좋아하고, 사랑하고, 많이 아껴.
그래서 나는 니가 이해해주길 바라고 원해

thích 適 틱/좋아하다
nên 𢧚 넨/그러므로
mong 懞 몽/바라다
cần 勤 껀/필요하다
hiểu 曉 히에우/알다, 이해하다

Chuyện thế nào đi nữa em vẫn hãy tiếp tục bước

嗔　　　勢 市 挢 姅 揜 吻 駭 接 續 跛
쭈엔　　테 나오 디 느어앰 뷘 하이 띠엡 툭 브억

Đừng vì anh mà quay lưng những người đang chờ
停　 為 俰 麻 乖 腃 仍　 得　 當 徐
등　 뷔 아잉 마 꽈이 릉　 녕　 응어이 당 쩌

em phía trước
揜 馮 耀
앰 피어 쯔억

어떤 일이 있더라도 계속 나아가.
나 때문에 네 앞에서 너를 기다리는 사람들에게 등을 돌
리지 마

thế nào勢市 테나오/어떻게

nữa 姅 느어/더, 또 한층

tiếp tục 接續 띠엡툭/계속

bước跛 브억/발걸음

Đừng 停 등/~해서는 안된다

★vì 為 뷔/~하고저

★mà麻 마/ 그런데

quay lưng 乖腃 꽈이릉/등지다

★trước 耀 쯔억/앞

79

11 Người Ấy
得仸
응으이 어이/ 그 사람

가수 : Trịnh Thăng Bình

Hôm qua anh thấy, Ôi người ấy
歆 戈 偀 賃 Ôi 得 仸
홈 꽈 아잉 터이, 어이 응어이 어이
어제 난 보았네, 아 그 사람

*hôm qua 歆戈 홈꽈/ 어제
*thấy 賃 터이/보다
ấy 仸 어이/그분, 그

Đang trong tay với cô nào đấy?
當 𨖲 掂 唄 姑 芇 帝
당 쫑 따이붜이 꼬 나오 더이
어떤 여자와 손잡고 있네?

đang 當/~하고 있다
trong 𨖲/~안에
tay với/손 잡고
với 唄/~와 함께, ~(으)로
cô 姑 꼬/젊은 여자
nào 芇 나오/어느
đấy 帝/저기,그쪽

Giật mình nhận ra không phải em
迭 命 認 黜 空 沛 婘
졋 밍 넌 자 콩 파이 앰
니가 아닌 걸 알고 깜짝 놀랐지

giật mình 迭命졋밍/놀라 벌쩍뛰다
nhận ra 認黜 닌쟈/알아보다
không phải 空沛 콩파이/~이 아니다

Chẳng biết em bây giờ đang ở đâu?
丞　　別　媕　悲　晗　當　於　兜
짱　비엣　엠　버이　져　당　어　더우
넌 지금 어디 있는 지 아무 것도 모르네

　　　　　　　chẳng 丞 짱/아무~도 없이
　　　　　　　bây giờ 悲晗 버이져/지금
　　　　　　　ở đâu 於兜 어더우/어디에

Bao lâu ta đã không gặp nhau?
包　　数　扡　乺　空　迖　　憢
바오러우　따　다　콩　갑　냐우
우리 얼마나 오래동안 못 만난 거지?

　　　　　　bao lâu 包数 바오 러우/얼마나 오래
　　　　　　　　　　　ta 扡 따/우리
　　　　　　gặp nhau迖憢 갑냐우/만나다

Bao lâu chưa hỏi thăm vài câu?
包　　数　楮　噲　哛　匹　句
바오러우　쯔어호이　탐　봐이　꺼우
안부를 물어본 지가 얼마나 오래 된거니

　　　　　　　chưa 楮 쯔어/~했나요?
　　　　　hỏi thăm 噲哛 호이 탐/안부를 묻다
　　　　　vài câu 匹句 봐이꺼우/몇 마디

Nào ngờ hôm nay anh thấy thế này
芇　疑　歔　亼　俵　簋　勢　尼
나오　응어　홈　나이　아잉　터이테　나이
뜻밖에 오늘 내가 이런 걸 보고서

　　　　　　　nào ngờ 芇疑/문득, 뜻하지 않게
　　　　　　　hôm nay 歔亼 홈나이/오늘
　　　　　　　thế này 勢尼 테 나이/이렇게

Chẳng biết phải nên làm gì đây
丞　　別　沛　铖　尸　之　低
짱　비엣　파이　넨　람　지　더이

81

이걸 어떻게 해야할 지 모르겠네

> phải 沛 파이/~해야한다
> nên 𪝵 넨/따라서, ~하지 않으면 안된다
> làm gì 𡢩之 람지/무엇하다
> đây低 더이/여기, 이것

Chưa 1 lần anh hết thắc mắc, sao em lìa xa anh này?
楮 乂吝 偶 歇 忑 撦, 牢 㛪 離 柁 偶 尼
쯔어 못 런 아잉 헷 탁 막, 사오 앰 리어싸 아잉 나이
난 한번도 궁금증이 풀리지 않았어, 넌 왜 날 떠난 거지

> hết 歇 헷/끝나다, 지나다
> thắc mắc 忑撦/의문을 갖다
> sao 牢싸오/왜
> lìa 離리어/떠나다
> xa 柁 싸/멀다

Để tiếp tục con đường yêu bên cạnh người ấy
抵 接 續 昆 塘 𢞬 边 竟 得 伩
데 띠엡 뚭 꼰 드엉 이에우 벤 까잉 응어이 어이
그 사람을 곁에서 계속 사랑하기 위해

> để 抵 데/~하기 위해서
> tiếp tục 接續 띠엡 뚭/계속하기 위해
> đường 塘 드엉/ 길
> con đường 昆塘/길
> bên cạnh 边竟/곁

Chưa 1 lần anh muốn suy nghĩ, anh đã làm sai điều gì?
楮 乂吝 偶 憫 推 擬 偶 㐌 𡢩 差 調 之
쯔어 못런 아잉무온수이 응이, 아잉 다 람 사이디에우 지
난 한번이라도 생각해 내고 싶었네, 내가 무슨 말을 잘못
했던건지?

> suy nghĩ 推擬 수이 응이/생각하다
> làm sai𡢩差 람싸이/잘못하다
> sai 差 싸이/잘못
> điều 調/말

82

Hay là còn điều gì anh chưa bằng người ấy?
哈 罗 群 條 之 俵 楮 朋 得 伩
하이 라 꼰 디에우지아잉쯔어 방 응어이 어이
아니면 내가 그 사람에 미치지 못한 게 있는 걸까

Người ấy có tốt với em, yêu em như anh đã từng yêu?
得 伩 固 騨 唄 㛪 㙛 㛪 如 俵 㐌 層 㙛
응어이어이꼬 똣붜이 앰,이에우 앰 녀 아잉 다 뜽 이에우
그 사람이 너에게 좋니, 내가 널 사랑했던 만큼 사랑해?

Người ấy có biết tính em hay trách móc, thích nuông chiều?
得 伩固別 性㛪哈 嘖𤷱, 適 農 朝
응어이어이 꼬 비엣 띤 앰 하이짝목, 틱 느엉 찌에우
너를 잘 알아주니 아님 못살게 구니, 널 다 받아주니?

Anh nhớ em nhiều...Anh nhớ em nhiều
俵 忞 㛪 髝 俵 忞 㛪 髝
아잉 녀 앰 니유 아잉 녀 앰 니유
니가 많이 보고 싶어, 니가 많이 보고 싶어

Sao để lòng vơi bớt đi bao đêm đợi mong?
牢 抵 悉 潙 扒 㱼包 腅 待 矇

사오 데 롱 보이 봇 디바오 뎀 도이 몽
이 마음을 어떻게 삭히고 밤을 맞이해야 할지

sao 牢 싸오/어찌

vơi 㵢 붜이/풀다, 줄이다

bớt 扒 봇/식히다

đợi mong 待矇 더이몽/기대

Người ấy có lớn tiếng hay luôn khiến em đau buồn không?
得　仌固扇喏　哈輪　遣　揜疘悋　空
응어이이어이꼬 런띠엥 하이루온키엔 앰 다우 부온 콩
그 사람 너에게 화내거나 늘 슬프게 만들진 않니

lớn tiếng 扇喏 런띠엥/소리를 높이다.

luôn 輪 루온/항상, 늘

khiến 遣 키엔/시키다

đau buồn 疘悋 다우 부온/아픔

Người ấy có biết quý em hay yêu thương em thật lòng?
得　仌固別貴揜哈悽傷　揜實悉
응어이 어이 꼬 비엣 뀌 앰 하이 이에우 트엉 앰 텃 롱
그 사람 널 귀히 여기고 또 진심으로 사랑해 주니?

quý 貴 뀌/소중한

yêu thương 悽傷 이에우트엉/사랑하다

thật lòng 實悉 텃롱/진심

Anh nhớ em nhiều...Anh nhớ em nhiều
俊忬揜髝　俊忬揜髝
아잉 녀 앰 니유 아잉 녀 앰 니유
니가 많이 보고 싶어, 니가 많이 보고 싶어

Sao cho lòng vơi bớt đi nỗi buồn, nỗi đau trong lòng anh
牢朱悉㵢扒𧿨餒悋　餒疘舳悉俊
사오쪼 롱 붜이 봇 디 노이부온, 노이다우쫑 롱 아잉

왜 내 마음을 이렇게 슬픔, 아픔에 젖게 하는 거니

nỗi buồn 餒悋 노이 부온/슬픔

nỗi đau 餒疠 노이 다우/아픔
trong 軸 쫑/~안에

Chưa 1 lần anh hết thắc mắc, sao em lìa xa anh này?
楮　乂吝　俵　歇　忑　撌，牢　俺　離　柁　俵　尼
쯔어 못런 아잉 헷 탁　막, 사오 앰 리어싸 아잉 나이
난 한번도 궁금증이 풀리지 않았어, 넌 왜 날 떠난 거지

Để tiếp tục con đường yêu bên cạnh người ấy
抵　接　續琨塘　愜　边　竟　得　仅
데 띠엡 뚭 콘 드엉 이에우 벤 까잉 응어이 어이
그 사람을 곁에서 계속 사랑하기 위해

Chưa bao giờ anh ngưng suy nghĩ, anh đã làm sai điều gì?
楮　包暴俵　凝　推　擬　俵乍　⼌　差　調之
쯔어 바오 져 아잉 응엉 수이응이,아잉 다람사이디에우지
나는 언제나 생각을 멈춘 적이 없어 내가 뭘 잘못했는지
　　　　　　　　　bao giờ 包暴 바오져/언제
　　　　　　　　ngưng 凝 응응/그치다,중단하다

Hay là còn điều gì anh chưa bằng người ấy?
哈　罗群　條　之俵　楮　朋　得　仅
하이 라 꼰 디에우 지 아잉 쯔어 방 응어이 아이
아니면 내가 그 사람에 미치지 못하는 게 뭔지

Người ấy có tốt với em, yêu em như anh đã từng yêu?
得　仅　固　辥唄　俺　愜　俺　如　俵乍層愜
응어이이어이꼬똣붜이　앰, 이에우앰 녀 아잉다 뜽 이에우
그 사람이 너에게 좋니, 내가 널 사랑했던 만큼 사랑해?

Người ấy có biết tính em hay trách móc, thích nuông chiều?
응어이 어이 꼬 비엣 띵 앰 하이 짝 목, 틱 느엉 찌에우
得　仅固別　性俺哈　啧　籴　適　農朝
너를 잘 알아주니 아님 못살게 구니, 널 다 받아주니?

85

Anh nhớ em nhiều...Anh nhớ em nhiều
僙 悋 媓 蕘 僙 悋 媓 蕘
아잉 녀 앰 니유 아잉 녀 앰 니유
니가 많이 보고 싶어, 니가 많이 보고 싶어

Sao để lòng vơi bớt đi bao đêm đợi mong?
牢 抵 悉 潙 扒 趍包 脏 待 矇
사오 데 롱 보이 봇 디 바오 뎀 도이 몽
이 마음을 어떻게 삭히고 밤을 맞이해야 할지

Người ấy có lớn tiếng hay luôn khiến em đau buồn không?
得 衣 固 𡘯 㗂 咍 輪 遣 媓 疠 悋 空
응어이어이꼬 런띠엥 하이루온키엔 앰 다우 부온 콩
그 사람 너에게 화내거나 늘 슬프게 만들진 않니

Người ấy có biết quý em hay yêu thương em thật lòng?
得 衣 固 別 貴 媓 咍 慺 傷 媓 實 悉
응어이 어이 꼬 비엣 뀌 앰 하이 이에우 트엉 앰 텃 롱
그 사람 널 귀히 여기고 또 진심으로 사랑해 주니?

Anh nhớ em nhiều...Anh nhớ em nhiều
僙 悋 媓 蕘 僙 悋 媓 蕘
아잉 녀 앰 니유 아잉 녀 앰 니유
니가 많이 보고 싶어, 니가 많이 보고 싶어

Sao cho lòng vơi bớt đi nỗi buồn, nỗi đau trong lòng anh
牢 朱 悉 潙 扒 趍 餒 悋 餒疠 𨕭 悉 僙
사오쪼 롱 붜이 봇 디 노이부온, 노이다우쫑 롱 아잉
왜 내 마음을 이렇게 슬픔, 아픔에 젖게 하는 거니

Người ấy có tốt với em, yêu em như anh đã từng yêu?
得 衣 固 䘹 唄_媓 慺 媓 如 僙 㐌 層 慺
응어이어이 꼬 똣붜이앰,이에우앰 녀 아잉 다 뜽 이에우

그 사람이 너에게 좋니, 내가 널 사랑했던 만큼 사랑해?

Người ấy có biết tính em hay trách móc, thích nuông chiều?
得　仸固別　性媕哈嘖　 妠適農朝
응어이 어이 꼬 비엣 띵 앰 하이 짝 목, 틱 느엉 찌에우
너를 잘 알아주니 아님 못살게 구니, 널 다 받아주니?

Anh nhớ em nhiều...Anh nhớ em nhiều
傸忬媕髐　傸忬媕髐
아잉 녀 앰 니유 아잉 녀 앰 니유
니가 많이 보고 싶어, 니가 많이 보고 싶어

Cho lòng vơi bớt đi bao đêm đợi mong?
朱　悉濿扒　𣮾包　腅待矇
쪼　롱 뷔이봇 디 바오 뎀 도이 몽
마음을 어떻게 삭히고 밤을 맞이해야 할지

Người ấy có tốt với em (có yêu nhiều không?)
得　仸固辥哎媕
응어이이어이 꼬　똣 뷔이 앰 (꼬 이에우 니유 콩?)
그 사람이 너에게 짤하니 (많은 사랑을 주니?)

Người ấy có biết tính em hay trách móc, thích nuông chiều?
응어이 어이 꼬 비엣 띵 앰 하이 짝 목, 틱 느엉 찌에우
得　仸固別　性媕哈　嘖 妠　適　農朝
너를 잘 알아주니 아님 못살게 구니, 널 다 받아주니?

Anh nhớ em nhiều...Anh nhớ em nhiều
傸忬媕髐　傸忬媕髐
아잉 녀 앰 니유 아잉 녀 앰 니유
니가 많이 보고 싶어, 니가 많이 보고 싶어

Sao cho lòng vơi bớt đi nỗi buồn, nỗi đau trong lòng anh
牢　朱　悉濿扒　𣮾餕恼　餕疠肔悉傸
사오 초 롱 보이 봇 디 노이 부온, 노이 다우 쫑 롱 아잉
왜 내 마음을 이렇게 슬픔, 아픔에 젖게 하는 거니

Người ấy có lớn tiếng hay luôn khiến em đau buồn không?
得 𠋥 固 𡚢 嘴 咍 輪 㛪 㛪 疠 惍空
응어이 어이 꼬 런 띠엥 하이 루온 키엔 앰 다우 부온 콩
그 사람 너에게 화내거나 늘 슬프게 만들진 않니

Người ấy có biết quý em hay yêu thương em thật lòng?
得 𠋥 固 別 貴 㛪 咍 㤇 傷 㛪 實 悉
응어이어이 꼬 비엣꾸 앰 하이 이에우 트엉 앰 텃 롱
그 사람 널 귀히 여기고 또 진심으로 사랑해 주니?

Anh nhớ em nhiều...Anh nhớ em nhiều
俟 忟 㛪 𠎩 俟 忟 㛪 𠎩
아잉 녀 앰 니유 아잉 녀 앰 니유
니가 많이 보고 싶어, 니가 많이 보고 싶어

Sao cho lòng vơi bớt đi nỗi buồn, nỗi đau trong lòng anh
牢 朱 悉 潙 扒 迻 餒 惍 餒疠 𨁒 悉 俟
사오쪼 롱 붜이 봇 디 노이부온, 노이다우쫑 롱 아잉
왜 내 마음을 이렇게 슬픔, 아픔에 젖게 하는 거니

Người ấy
得 𠋥
응어이 아이
그 사람

12 Thất Tình
失情
텃 띵 / 실연

가수 : Trịnh Đình Quang

Anh đã không giữ được nhiều hạnh phúc cho em
俺 㐌 空 竚 得 整 幸 福 朱 俺
아잉 다 콩 져 드억 니유 하잉 픔 쪼 앰
나 너에게 행복을 많이 가져주지 못했네

> giữ 竚 져/유지하다. 지키다. 지속하다
> nhiều 整 니유/많은
> cho 朱 쪼/~에게, 주다

Nhiều khi giận nhau, nước mắt em cứ rơi thật nhiều
整 欺 恨 饒, 渃 眜 俺 拠 秝 實 整
니유 키 젼 냐우, 느억 맛 앰 끄 저이 텃 니유
서로 자주 다툴 때, 넌 그저 정말 많이 눈물 흘렸지

> giận 恨 젼/화내다
> nhau 饒 냐우/서로
> nước mắt 渃眜 느억맛/눈물
> nước 渃 느억/물
> mắt 眜 맛/눈
> cứ 拠 끄/그냥
> rơi 秝 저이/떨어지다, 흐르다
> thật nhiều 實整 텃니유/정말 많이

Anh xin lỗi em, hãy tha thứ cho anh lần này
俺 吀 纇 俺, 駭 拖 恐 朱 俺 吝 尼
아잉 씬 로이 앰 하이 타 트 쪼 아잉 런 나이
나 미안해, 이번에 나를 용서해 줘

tha thứ 拖恐 타트/용서하여 주다
xin lỗi 吖纇 씬 로이/미안하다
hãy 駴/~해라,~하자
tha 拖 타/풀어주다
thứ 恐 트/용서하다

Đừng rời xa anh, em nói đi, "Em rất yêu anh"
停 來 柂 俟, 媕 呐 拸, "媕 慄 悇 俟"
등 저이 싸 아잉 앰 노이 디 "앰 젓 이에우 아잉"
날 떠나지마 "당신 정말 사랑해"라고 말해줘

rời 來 저이/떠나다
xa 柂 싸/ 먼
nói 呐 노이/말하다
nói đi 呐拸 노이디/밀해봐라
yêu 悇 이에우/사랑하다

Nhưng nay cuộc sống, không như anh đã ước mong
仍 鈙 局赶, 空 如 俟 㐌 約 懞
녕 나이꾸옥 쏭 콩 녀 아잉 다 으억 몽
그러나 지금의 삶은 나의 기대와는 다르다네

nhưng 仍 녕/ 그래도
nay 鈙 나이/지금,현재
cuộc sống 局赶 꾸옥 쏭/삶,인생
đã 㐌 다/~했다
ước mong 約懞 으억몽/꿈꾸다

Của một tình yêu sẽ hạnh phúc giống như bao người
貼 乂 情 悇 吢幸 福 軦 如 包 𠊚
꾸어 못 띵 이에우 쌔 하잉 품 종 녀 바오 응어이
어떤 사람들처럼 행복할 사랑으로

của 貼 꾸어/~의
giống 軦 종/닮은
bao người 包𠊚 바오응어이/어떤 사람

Một người yêu em, yêu em đắm say
㐌 𠊛 𢞅 㛪, 𢞅 㛪 沈醝
못 응어이 이에우앰, 이에우앰 담싸이
한 사람이 널 사랑해, 너에게 푹 빠졌어

đắm say沈醝 담싸이/푹빠지다, 취하다

Một người bên em, bên em mỗi khi
㐌 𠊛 边 㛪, 边 㛪 每 欺
못 응어이 벤 앰 벤 앰 모이 키
한 사람이 니 곁에, 언제나 니 곁에

bên 边 벤/옆, 곁
mỗi khi 每欺 모이 키/매번, 언제나

Mà giờ đây, nước mắt anh đã rơi rồi
麻 𣇞 低, 渃 眜 偀 㐌 𡀮 𡀮
마 져 더이 느억 맛 아잉 다 조이 조이
하지만 요즘 내 눈물이 흐르네

giờ đây 𣇞低 져더이/요즈음
nước mắt 渃眜 느억맛/눈물
rơi 𡀮 저이/떨어지다, 흐르다

Thật ra anh đâu, đâu có muốn chia tay như vậy
實 黜 偀 兜, 兜 固 𢞆 扮 𢬣 如 丕
텃 자 아잉 더우 더우 꼬 무온 찌어 따이 녀 뷔이
사실 난 절대로 그렇게 헤어지고 싶지 않아

thật ra 實黜 텃자/사실은
đâu 兜 더우/어디
đâu có兜固 /…가 결코 아니다,전혀 …없다.
chia 扮 찌어/나누다
chia tay扮𢬣 /헤어지다
như vậy 如丕 녀뷔이/그처럼

Người yêu em hỡi, anh lại nhớ em đang ở đâu

敤　悽　㛪　有,　俹　吏　忞　㛪　當　於　兜

응어이이에우 앰 허이, 아잉라이 녀 앰 당 어 더우

내 사랑이여, 당신이 어디에 있는지 나 또한 그립다네

hỡi/감탄사

lại 吏 라이/…도 또한.

ở đâu 於兜 어더우/어디에

Bàn tay nhỏ bé, khuôn mặt ấy sao lại đổi thay để anh nơi này?

胖　珔　㤠　䏦,　困　䋼　伩　牢　吏　對　㧾　抵　俹　坭　尼

반 따이 뇨 배, 쿠온 맛 어이싸오라이 더이 타이 데 아잉 너이나이

내가 아는 작은 손, 그 얼굴은 어떻게 또 변해버렸니?

bàn tay 胖珔 반따이/손

nhỏ bé 㤠䏦뇨배/작은

khuôn mặt困䋼 쿠온맛/얼굴

đổi thay 對㧾도이타이/바꾸다

nơi 坭 너이/곳

Ngoài trời mưa cứ rơi lặng thầm, chỉ còn riêng anh

外　盃　湄　拠　籴　浪　椹,　只　群　稹　俹

응오아이쩌이므어 ㄲ 조이 랑 텀, 찌 꼰 지엉 아잉

밖에는 소리 없이 비 내리고 나만 홀로 남았네

ngoài 外 응오아이/밖

trời mưa 盃湄 쩌이므어/비오는 날씨

lặng thầm 浪椹랑탐 /소리없이,묵묵히

còn 群 꼰/남다

riêng 稹 지엥/따로, 개별

Thật sự nhiều khi, muốn nhắn tin gửi cho em nhiều

實　事　憿　欺,　憫　呡　信　奇　朱　㛪　憿

텃 쓰 니유　키, 무온 냔 띤 그이 쪼 앰 니유

정말 너에게 소식 전하고 싶을 때가 많아

thật sự 實事 텃쓰/진짜, 정말
Khi 欺 키/~때
tin nhắn 信呐 띤 난/ 문자 메시지
gửi 奇 그이/보내다

Lại sợ người ấy, đang hạnh phúc vui bên một ai
吏 悰 𠊚 伩, 當 幸 福 恛 边 爻 埃
라이 써 응어이 어이, 당 하잉 푹 부이 벤 못 아이
다른 사람과 행복하고 기쁜 그 사람이 무서워
lại 吏 라이/또한, 게다가
sợ 悰 서/무섭다
ai 埃 아이/누구

Tình yêu đã chết, hai người dưng mai này chúng ta có
情 憹 㐌 𣩂, 台 𠊚 仍 𣅶 尼 眾 扰固
띵 이에우 다 쩻, 하이 응어이 증 마이 나이 쭝 따 꼬

duyên gặp lại
缘 迖 吏
쥬웬 갑 라이

사랑은 죽고, 훗날 다시 만날 인연인 낯선 두 사람
dưng 仍 증/타인. 모르는 사람.
mai 𣅶 마이/미래에
này 尼 나이/이
mai này 𣅶尼 마이나이/훗날
chúng ta 眾扰 쭈옹따/우리들
duyên 缘 쥬웬/인연,연분

Thì anh vẫn luôn luôn yêu em như lúc mới yêu
辰 俠 吻 輪 輪 憹 媕 如 昨 渼 憹
티 아잉 붠 루온 루온 이에우 앰 녀 룹 머이 이에우

93

그럼 난 처음 사랑 했을 때처럼 언제나 널 사랑할 거야

luôn luôn 輪輪 루온루온/언제나

lúc 昤 룹/때

mới 澗 머이/새

Anh đã không giữ được nhiều hạnh phúc cho em

侠 岙 空 苧 得 整 幸 福 朱 媕

아잉 다 콩 져 드윽 니유 하잉 픕 쪼 앰

나 너에게 행복을 많이 가져주지 못했네

Nhiều khi giận nhau, nước mắt em cứ rơi thật nhiều

整 欺 恨 憢, 渃 眜 媕 拠 秄 實 整

니유 키 젼 냐우, 느억 맛 앰 끄 저이 텃 니유

서로 자주 다툴 때, 넌 그저 정말 많이 눈물 흘렸지

Anh xin lỗi em, hãy tha thứ cho anh lần này

侠 吀 纇 媕, 駭 拖 恐 朱 侠 吝 尼

아잉 씬 로이 앰 하이 타 트 쪼 아잉 런 나이

나 미안해, 이뷘에 나를 용서해 줘

Đừng rời xa anh, em nói đi, "Em rất yêu anh"

停 來 柁 侠, 媕 呐 迻, "媕 慄 憀 侠"

등 저이 싸 아잉 앰 노이 디 "앰 젓 이에우 아잉"

날 떠나지마 "당신 정말 사랑해"라고 말해줘

Nhưng nay cuộc sống, không như anh đã ước mong

仍 㐌 局 耝 空 如 侠 岙 約 懞

녕 나이꾸옥 쏭 콩 녀 아잉 다 으억 몽

그러나 지금의 삶은 나의 기대와는 다르다네

Của một tình yêu sẽ hạnh phúc giống như bao người
貼 爻 情 憁 吶幸 福 鈙 如 包 𠊛
꾸어 못 띵 이에우 쌔 하잉 폽 종 녀 바오 응어이
어떤 사람들처럼 행복할 사랑으로

Một người yêu em, yêu em đắm say
爻 𠊛 憁 掩, 憁 掩 沈 醉
못 응어이 이에우앰, 이에우앰 담싸이
한 사람이 널 사랑해, 너에게 푹 빠졌어

Một người bên em, bên em mỗi khi
爻 𠊛 边 掩, 边 掩 每 欺
못 응어이 벤 앰 벤 앰 모이 키
한 사람이 니 곁에, 언제나 니 곁에

Mà giờ đây, nước mắt anh đã rơi rồi
麻 晞 低, 渃 眜 俠 㐌 𥖩 𥖩
마 져 더이 느억 맛 아잉 다 조이 조이
하지만 요즘 내 눈물이 흐르네

Thật ra anh đâu, đâu có muốn chia tay như vậy
實 𦋦 俠 兜, 兜 固 憫 筎 稊 如 丕
텃 자 아잉 더우 더우 꼬 무온 찌어 따이 녀 붜이
사실 난 절대로 그렇게 헤어지고 싶지 않아

Người yêu em hỡi, anh lại nhớ em đang ở đâu
𠊛 憁 掩 有, 俠 吏 忞 掩 當 於 兜
응어이 이에우 앰 허이, 아잉 라이 녀 앰 당 어 더우
내 사랑이여, 당신이 어디에 있는지 나 또한 그립다네

Bàn tay nhỏ bé, khuôn mặt ấy sao lại đổi thay để anh nơi này?
胖 秠 弞 舖, 困 榀 仒 牢 吏 對 𪜀 抵 俒 坭 尼
반 따이 뇨 배, 쿠온 맛 어이싸오라이 더이 타이 데 아잉 너이나이
내가 아는 작은 손, 그 얼굴은 어떻게 또 변해버렸니?

Ngoài trời mưa cứ rơi lặng thầm, chỉ còn riêng anh
外 𡗶 湄 拠 𥹰 浪 椹, 只 群 䅻 俒
응오아이 쩌이 므어 끄 조이 랑 텀, 찌 꼰 지엉 아잉
밖에는 소리 없이 비 내리고 나만 홀로 남았네

Thật sự nhiều khi, muốn nhắn tin gửi cho em nhiều
實 事 𡗉 欺, 憫 吻 信 奇 朱 㛪 𡗉
텃 쓰 니유 키, 무온 냔 띤 그이 쪼 엠 니유
정말 너에게 소식 전하고 싶을 때가 많아

Lại sợ người ấy, đang hạnh phúc vui bên một ai
吏 㥪 𠊚 仒, 當 幸 福 恠 边 乄 埃
라이 써 응어이 어이, 당 하잉 폽 부이 벤 못 아이
다른 사람과 행복하고 기쁜 그 사람이 무서워

Tình yêu đã chết, hai người dừng mai này chúng ta có
情 憹 㐌 㡨, 𠄩 𠊚 仍 𣊾 尼 衆 㛪 固
띵 이에우 다 쩻, 하이 응어이 증 마이 나이 쭝 따 꼬

duyên gặp lại
缘 迈 吏
쥬웬 갑 라이

사랑은 죽고, 훗날 다시 만날 인연인 낯선 두 사람

Thì anh vẫn luôn luôn yêu em như lúc mới yêu
辰 俺 吻 輪 輪 愛 媕 如 昒 瀆 愛
티 아잉 뷘 루온 루온 이에우 앰 녀 룹 머이 이에우
그럼 난 처음 사랑 했을 때처럼 언제나 널 사랑할 거야

Thật ra anh đâu, đâu có muốn chia tay như vậy
實 黜 俺 兜, 兜 固 憫 芬 稇 如 丕
텃 자 아잉 더우 더우 꼬 무온 찌어 따이 녀 붸이
사실 난 절대로 그렇게 헤어지고 싶지 않아

Người yêu em hỡi, anh lại nhớ em đang ở đâu
𠊛 愛 媕 有, 俺 吏 忸 媕 當 於 兜
응어이 이에우 앰 허이, 아잉 라이 녀 앰 당 어 더우
내 사랑이여, 당신이 어디에 있는지 나 또한 그립다네

Bàn tay nhỏ bé, khuôn mặt ấy sao lại đổi thay để anh nơi này?
胖 稇 𡮈 閛, 困 楠 伋 牢 吏 對 𧹻 抵 俺 坭 尼
반 따이 뇨 배, 쿠온 맛 어이싸오라이 더이 타이 데 아잉 너이나이
내가 아는 작은 손, 그 얼굴은 어떻게 또 변해버렸니?

Ngoài trời mưa cứ rơi lặng thầm, chỉ còn riêng anh
外 丕 湄 拠 秿 浪 椹, 只 群 穚 俺
응오아이 쩌이 므어 끄 조이 랑 텀, 찌 꼰 지엉 아잉
밖에는 소리 없이 비 내리고 나만 홀로 남았네

Thật sự nhiều khi, muốn nhắn tin gửi cho em nhiều
實 事 髜 欺, 憫 吶 信 奇 朱 媕 髜
텃 쓰 니유 키, 무온 냔 띤 그이 쪼 앰 니유
정말 너에게 소식 전하고 싶을 때가 많아

Lại sợ người ấy, đang hạnh phúc vui bên một ai
吏 情 鯫 衣, 當 幸 福 憽 边 义 埃
라이 써 응어이 어이, 당 하잉 폼 부이 벤 못 아이
다른 사람과 행복하고 기쁜 그 사람이 무서워

Tình yêu đã chết, hai người dưng mai này chúng ta có
情 憹 呁 耄, 台 鯫 仍 聂 尼 衆 艵固
띵 이에우 다 쩻, 하이 응어이 증 마이 나이 쭈옹 따 꼬

duyên gặp lại
缘 迈 吏
쥬웬 갑 라이

사랑은 죽고, 훗날 다시 만날 인연인 낯선 두 사람

Thì anh vẫn luôn luôn yêu em như lúc mới yêu
辰 偀 吻 輪輪 憹 埯 如 昳 濆＿憹
티 아잉 뷘 루온 루온 이에우 앰 녀 룹 머이 이에우
그럼 난 처음 사랑 했을 때처럼 언제나 널 사랑할 거야

13 Xin Chào Việt Nam

吀嘲越南

씬 짜오 뷔엣남 / 베트남 안녕

가수 : Phạm Quỳnh Anh

Bạn hãy nói cho tôi biết chăng về họ tên mà tôi đã mang
伴 駭 吶朱 碎 別 張 術 户牋 麻 碎 乜芒
반 하이 노이 쪼 또이 비엣 쌍 베 호 뗀 마 또이 다 망
누가 내게 주어진 이름을 말해줘

> bạn 伴 반/친구여
> hãy 駭 하이/~하자
> cho tôi朱碎 쪼또이/나에게~해주다
> nói 吶 노이/말하다
> chăng 張 짜앙/의문사,~하지 않다
> họ tên户牋 호뗀 /이름
> mà 麻 마/그리고,~고
> mang 芒 망/가지고가다, 가지고오다

Về miền quê mà tôi ngày đêm luôn nhớ mong
術 沔 鞋麻 碎 畤 脝 輪 伩 懞
베 미엔 퀘 마 토이 응아이 뎀 루온 녀 몽
내가 밤낮으로 꿈꾸는 고향에 대해

> miền quê沔鞋 미엔꿰/시골,고향
> ngày đêm 畤脝 응아이뎀/밤 낮
> luôn 輪 루온/언제나
> nhớ 伩 녀/그리워하다
> mong 懞 몽/꿈

Lòng tôi mong biết đất nước tôi đất nước đã có bao đời
悉 碎 懞 別 坦 渃碎 坦 渃 乜 固 包 㫢
롱 또이 몽 비엣 덧 느억 또이 덧 느억 다 꼬 바오 도이
내 마음으로 알고 싶은 대대로 내려온 우리 나라

lòng 悉 롱/마음
đất nước 坦渃 덧느윽/나라,국토
bao đời 包芘 바오도이/대대로

Được nhìn bằng đôi mắt của mình được trở về cội nguồn của tôi
得　　眮　　朋　　對　眜　貼　軩　　得　　版術　檜　源　　貼　碎
드억　닌　　방　도이　맛　꾸어　밍　드억　　쪼　붸　꼬이　응웬　꾸어또이
자기 두 눈으로 나의 뿌리를 되돌아 볼 수 있어

nhìn 眮 닌/보다
bằng 朋 방/~으로다
mình 軩 밍/자신,자기
đôi mắt 對眜 도이맛/눈
của 貼 꾸어/~의
trở về版術/되돌아 가다,돌아오다.
cội 檜/뿌리,기원.
cội nguồn 檜源 꼬이 응우온/기원

Và qua phim Coppola lòng thấy xót thương quê hương
吧　過　phim Coppola 悉　　簅　悴　傷　　　鞋 乡
바　꽈　픰 코폴라　　롱　터이　쏫　트엉　　꿰 흐엉
코폴라 감독영화로 고국의 아픔을 마음으로 느끼네

phim픰/영화,film
lòng thấy 悉簅 롱터이/(마음으로)느끼다
lòng 悉 롱/마음
thấy 簅 터이/보다
xót 悴 쏫/아픔을 느끼다
xót thương 悴傷마음이 아프다
quê hương 鞋乡꿰흐엉/고향,고국

Bầy trực thăng bay trên cao, tàn phá xóm thôn nhỏ bé
俳　直升　　飛　𬟲　高, 殘　破　坫　村　㧲　𡮲
버이　쯕 탕　　바이　쩬　까오　딴　파　쏨　톤　뇨　배
헬리콥터 무리가 높이 날아, 작은 시골마을을 유린하네

bầy 俳 버이/무리. 떼
trực thăng 直升 쯔윽탕/헬리콥터.
bay 飛 바이/날다

100

trên 蓮 쩬/~위에,~위로
cao 高 까오/높이
tàn phá 殘破 딴파 /철저하게 파괴하다,유린하다.
xóm /부락,작은 마을
thôn 村 톤/촌
nhỏ bé 㼯㛑뇨배/작은

Ước mong về thăm chốn thiêng
約 懞 術 喋 坦 誠
으억 몽 베 탐 쫀 티엥
그 신성한 땅을 찾아보고싶어

ước mong 約懞 으억몽/꿈꾸다, 기대하다
về 術 베/돌아오다
thăm 喋 탐/찾다
chốn 坦 쫀/장소,곳
thiêng 誠/신령한

Mong sao quê hương dang tay đón tôi
懞 敲 雖 乡 延 扗 拖 碎
몽 사오 꿰 흐엉 장 따이 돈 토이
고향이 손을 벌려 나를 기다리길 꿈꾼다네

mong sao懞敲 몽사오/기원하다
dang 延 장/펴다,뻗다
tay 扗 따이/손
đón 拖 돈/맞이하다

Mong ước đến ngày trở về
懞 約 趤 時 版 術
몽 으억 덴 응아이 쪼 베
언젠가 돌아갈 날을 꿈꾼다네

đến 趤 덴/도착하다,~까지
ngày 時 응아이/날, 때
trở về 版術 쩌베/돌아가다

Lòng tôi yêu mến Việt Nam
悉 碎 悁 悗 越 南
롱 또이 이에우 멘 뷔엣 남
내 마음 베트남을 사랑하네

mến 悗 멘/애호하다
yêu mến 悁悗 이에우멘/소중이 여기다,사랑하다

To say hello... Vietnam
투 쎄이 헬로.... 베트남
안녕하니.. 베트남이라 말하고자

Bạn hãy nói tới mái tóc đen tới đôi chân nhỏ bé
伴 駭 吶 細 𩯁 𩮤𩯱 細 對 蹎 𡮙 倍
반 하이노이 떠이마이 똑 댄 떠이 도이 쩐 뇨 배
친구여 내 머리카락 내 작은 두 발에 대해 말해

tới 細 떠이/~에 가다
mái 𩯁 마이/지붕
mái tóc 𩯁𩮤 마이똑/머리카락.
đen 𩮤 댄/검은
đôi chân 對蹎 도이쩐/두 발
chân 蹎 쩐/발

Và màu da đã ngày đêm cùng tôi lớn lên
吧 牟 膠 㐌 暗 胧 窮 碎 𡘯 蓮
바 마우 자 다 응아이뎀 꿈 또이 런 렌
피부색은 항상 내가 계속 자라나도 같아요

màu da 牟膠 마우자/안색,살갗이 고운
ngày đêm 暗胧 응아이뎀/밤 낮
cùng 窮 꿈/함께
lớn lên 𡘯蓮/자라나다, 크지다

Và mong sao đôi chân sẽ bước lên Từ những nơi tôi chưa từng đến
吧 懞 敲 對 蹎 吧 跛 蓮 自 仍 坭 碎 楮 層 到
바 몽 사오 도이 쩐 새 브억 렌 뜨 녕 너이 또이쯔어 뜽 덴
내 두 발 스스로 내가 아직 가보지 못한 곳에 가고싶어

mong sao懞敲 몽사오/기원하다
bước lên 跛蓮 브억쩬/걸어오르다
từ 自 뜨/스스로
những 仍 녕/명사앞에 쓰여 복수를 나타내는 품사
nơi 坭 너이/곳
chưa 楮 쯔어/아직
từng 層뜽/경험하다

Để được nghe bài dân ca êm dịu lướt trên sông
抵 得 聑 排 民 歌 俺 妙 逎 蓮 滝
데 드억 응에 바이 전 까 엠 지우 르엇 쩬 쏭
강물을 스치는 부드러운 민요가락을 듣게 해주오
dân ca 民歌 전까/민요
bài dân ca 排民歌 바이전까/민요노래가락
êm 俺 엠/부드러운,고요한
dịu 妙 지우/감미로운
êm dịu 俺妙 엠지우 /고운
lướt 逎 르엇/스치는,연약한
sông 滝 쏭/강

Và tôi mới biết về đất nước tôi qua phim
吧 碎 潣 別 術 坦 渃 碎 過 Phim
바 또이 머이 비엣 베 닷 느억 또이 꽈 핌
고향 땅에 대해 단지 아는 것이라고는 내가 본 영화
mới 潣/단지, 새로운
đất nước 坦渃 덧느윽/나라,국토

Người dân quê hương tôi cày cấy vui trong lời hát
駃 民 鞋 乡 碎 摨 摡 愢 舩 唗 欪
응어이 전 꿰 흐엉 또이 까이까이 부이 쫑 러이 핫
내 고향 사람들 노래 가락 속 즐거이 농사 짓는
quê hương 鞋乡꿰흐엉/고향,고국
cày cấy 摨摡 까이까이/경작하다
trong 舩 쫑/~안에서
lời hát 唗欪 러이핫/노랫가락
lời 唗 러이/말

103

hát 欲 핫/노래하다

Ước mong về thăm chốn thiêng
約 懞 術 喘 地 誠
으억 몽 베 탐 쫀 티엥
그 신성한 땅을 찾아보고싶어

Quê hương bao năm tôi đã cách xa
鞋 乡 包 年 碎 岜 掐 柁
꿰 흐엉 바오 남 또이 다 카익 싸
내 고향 몇 년이나 멀리 떨어져 있었네

bao năm 包年 바오남/몇 년
cách xa 掐柁/ 먼, 떨어진
cách 掐 까익/떨어진
xa 柁 싸/먼

Mong ước đến ngày trở về
懞 約 觛 時 版 術
몽 으억 덴 응아이 쩌 베
언젠가 돌아갈 날을 꿈꾼다네

Lòng tôi yêu mến Việt Nam
悉 碎 悢 悗 越 南
롱 또이 이에우 멘 뷔엣 남
내 마음 베트남을 사랑하네

Tôi sẽ theo cha về thăm làng quê tổ tiên
또이 새 테오 짜 베 탐 랑 꿰 떠 띠엔
碎 吧 蹺 吒 術 喘 廊 鞋 祖 先
난 아버지 뒤따라 조상의 마을을 찾아갈거야

cha 吒 짜/아버지
làng 廊 랑/마을
thăm làng 탐랑/마실가다
tổ tiên 祖先 뜨띠엔 /조상, 선조

104

Thăm những giấc mơ bay trên mênh mông đồng lúa
탐　 녕　 쟉　 머 바이 쩬 메잉 몽　 동 르어
喙　 仍　 瞰 迷 飛　 蓮 冥　 濛　 凍 穭
거대한 볏집 더미 위를 날아 찾아가는 꿈들

giấc mơ 瞰迷지역머/꿈꾸다
mênh mông 冥濛 메잉몽/ 매우 큰
đồng lúa 凍穭동르어/볏다발.
lúa 穭 르어/벼

Tôi thấy bao thân thương nơi đây quê tôi
碎 簑 包 親 傷　 坭 低　 觟 碎
또이 터이 바오 턴 트엉 너이 더이 꿰 또이
나는 나의 고향 이 땅을 친애하며 바라본다

thân thương 親傷 턴트응/친애하는
nơi 坭 너이/곳
nơi đây 坭低 너이더이/ 이 곳

Như cây có gốc, tôi yêu, đất nước tôi
如 核 固 槒,　 碎 憹,　 坦 渃　 碎
녀 꺼이 꼬 곡,　 또이 이에우 덧 느억 또이
뿌리내린 나무 처럼, 나는 내 땅을 사랑해

cây 꺼이/나무
gốc 槒 곡/뿌리

Ước mong về thăm đất nước tôi
約 憹 術 喙　 坦 渃 碎
으억 몽　 베 탐　 덧 느윽 또이
내 고향 찾아가는 꿈을 꾼다네

Mong sao quê hương dang tay đón tôi
憹　 敲 觟 乡　 延 秠 拖 碎
몽　 사오 꿰 흐엉　 장 따이 돈 또이
고향이 손을 벌려 나를 기다리길 꿈꾼다네

105

Tôi sẽ thăm những dòng sông
碎 吔 喍 仍 湧 滝
또이 쌔 탐 녕 종 쏭
나는 흐르는 강들을 찾아갈거야

> dòng 湧 종/흘러내리다
> sông 滝 쏭/강

Đồng quê xanh mát Việt Nam
垌 畦 青 颾 越 南
동 꿰 싸잉 맛 뷔엣 남
푸르고 신선한 베트남의 시골마을

> đồng quê 垌畦 동꿰/시골
> xanh mát 青颾 싸잉 맛/푸르고 신선한
> mát 颾 맛/신선한

Ước mong về thăm chốn thiêng
約 懞 術 喍 坉 誠
으억 몽 베 탐 쫀 티엥
그 신성한 땅을 찾아보고싶어

Mong sao quê hương dang tay đón tôi
懞 敲 畦 乡 延 秐 抲 碎
몽 사오 꿰 흐엉 장 따이 돈 또이
고향이 손을 벌려 나를 기다리길 꿈꾼다네

Mong ước đến ngày về thăm
懞 約 跙 時 術 喍
몽 으악 덴 응아이 베 탐
찾아갈 그날을 꿈꾸네

Lòng tôi yêu mến Việt Nam

Lòng tôi yêu mến Việt Nam
悉　碎　慄　恍　越　南
롱　또이 이에우 멘 뷔엣 남
내 마음 베트남을 사랑하네

Lòng tôi vang tiếng Việt Nam
悉　碎 嚛　啃　越　南
롱　또이 봥 띠엥 뷔엣 남
내 마음 베트남에 메아리치네

　　　　　　　vang tiếng 嚛啃 봥띠엥/메아리 치다

Lòng tôi xin chào Việt Nam
悉　碎 吁　嘲　越　南
롱　또이신 짜오 뷔엣남
내 마음 베트남에 안녕 인사한다네

14 Hơn Cả Yêu
欣哿悷
헌 까이에우/ 사랑보다 더

가수 : Đức Phúc

Em hay hỏi anh
婰 哈 嗨 僙
앰 하이 호이 아잉
넌 내게 자주 물어보지

hay 哈 하이 / 자주
hỏi 嗨 호이 / 묻다

Rằng anh yêu em nhiều không?
浪 僙 悷 婰 憗 空
장 아잉 이에우 앰 니유 콩?
당신 나 많이 사랑해?

rằng 浪 장 / …라고 알다

Anh không biết phải nói thế nào
僙 空 別 沛 呐 勢 帀
아잉 콩 비엣 파이 노이 테 나오
난 어찌 말해야 될지 몰라

biết 別 비엣 / 알다
phải 沛 옳은, ~해야만 한다
nói 呐 노이 / 말하다
thế nào 勢帀 테나오 / 어떻게

Để đúng với cảm xúc trong lòng.
抵 㗂 唄 感 觸 䡧 悲
데 둥 붜이 감 쑵 쫑 롱

108

마음 속 감동을 제대로 (말하려면)

để 抵 데/~하기위해, 두다

đúng 畑 둥/올바른

Để đúng 데둥/(그렇게) 하다

với 唄 붜이/~함께

cảm xúc 感觸 깜쑥/감동하다, 감촉

trong 韁 쫑/~안에

lòng 悉 동/마음

Khi anh nhìn em
欺 俠 眤 媕
키 아잉 닌 앰
내가 널 바라본 그 때에

khi 欺 키/~때

nhìn 眤 닌/보다, 바라보다

Là anh thấy cuộc đời anh
罗 俠 箟 局 茞 俠
라 아잉터이 꾸옥 더이 아잉
난 내 인생을 보게 되었지

là 罗 라/이다, 되다, 즉

thấy 箟 터이/보다

cuộc đời 局茞 꾸옥더이/인생

Là quá khứ và cả tương lai,
罗 過 去 吧 哿 將 來
라 꾸아 크 바 까 뜨엉 라이
과거와 미래를 (보게 되었지)

quá khứ 過去꾸아 크/과거

và 吧 바/그리고

cả 哿 까/모든

tương lai 將來 트엉라이/장래, 미래

109

Là hiện tại không bao giờ phai.
罗 現 在 空 包 睞 色非
라 히엔 따이 콩 바오 져 파이
색 바래지 않는 현재를 (보게 되었지)

> hiện tại 現在 히엔따이/현재
> bao giờ 包睞 바오져/언제
> không bao giờ 콩바오져/~한 적이 없다
> phai 色非 파이/(색)바래다

Tình yêu trong anh vẫn luôn thầm lặng
情 悷 馳 俵 吻 輪 吮 朗
띤 이에우 쫑 아잉 뷘 루온 텀 랑
내 안의 사랑은 늘 조용해

> tình yêu 情悷 띤이에우/애정, 사랑
> vẫn 吻 뷘/여전히
> luôn 輪 루온/모두
> vẫn luôn 뷘루온/항상, 늘
> thầm lặng 吮朗 텀랑/조용한,은밀한

Nhưng không có nghĩa không rộng lớn
仍 空 固 義 空 廣 纇
녕 콩 꼬 응이어 콩 종 런
그렇지만 많이 사랑하지 않다는 뜻 아니야

> nhưng 仍 녕/그렇지만
> nghĩa 義 응이어/의미,뜻,가치
> rộng lớn 廣纇 종런/넓은
> lớn 纇 런/큰

Chỉ là anh đôi khi khó nói nên lời
只 罗 俵 對 欺 蒲 吶 铖 唭
찌 라 안 도이 키 코 노이 넨 러이
단지 이따금 난 말로 하기 힘이 들어

> đôi khi 對欺 도이키/이따금
> khó 蒲 코/힘든
> nên 铖 넨/그러므로, 왜냐면

110

lời 哛 러이/말

Mong em hãy cảm nhận thôi
懞　 媕　駭　感　認　催
몽　 앰　하이　깜　 넌 토이
니가 알아주기를 바랄 뿐

mong 懞 몽/ 바라다
hãy 駭 하이/~해라,~하자,~하도록 해
cảm nhận 感認 깜년/느끼다, 깨닫다
thôi 催 토이/단지~이다,다만 ~이다

Cao hơn cả núi
高　 欣　 智　岋
까오 헌 까 누이
어떤 산보다 더 높고

hơn 欣 헌/뚜어나다,~보다도
cả 智 까/모든
núi 岋 누이/산, 언덕

Dài hơn cả sông
貤　欣　智　滝
자이 헌 까 쏭
어떤 강보다도 긴

dài 貤 자이/긴, 깊다
sông 滝 쏭/강

Rộng hơn cả đất, xanh hơn cả trời
廣　欣　 智　坦, 青　 欣　智　盃
종 헌 까 덛, 싼 헌 까 쩌이
어떤 땅보다도 넓고, 어떤 하늘보다도 푸른

đất 坦 덧/땅
trời 盃 쩌이/하늘

Anh yêu em, anh yêu em nhiều thế thôi.
偀　悸　媕, 偀　悸　媕　譹　勢　催
아잉 이에우 앰, 아잉 이에우 앰 니유　 테 토이

111

널 사랑해, 널 많이 사랑할 뿐
thế thôi 勢催 테토이/그것으로 끝,그 뿐

Vượt qua ngọn gió, vượt qua đại dương
越 過 阮 颭, 越 過 大 洋
브엇 꽈 응온 죠, 브엇 꽈 다이 즈엉
모진 바람 견뎌내고, 큰 바다를 건너
vượt qua 越過 브엇꽈/극복하다, 지나가다
ngọn gió 阮颭 응온죠/모진 바람
đại dương 大洋 다이즈엉/큰 바다

Vượt qua cả những áng mây thiên đường
越 過 智 仍 盎 遷 天 堂
브엇 꽈 까 녕 앙 머이 티엔 드엉
천당의 구름을 건너
áng mây 盎遷 앙머이/구름
thiên đường 天堂 티엔드엉/천당,극락

Dẫu có nói bao điều,
呐 固 呐 包 調
저우 꼬 노이 바오 디에우
얼마나 많은 말을 해도
dẫu 呐 저우/비록~이라도
bao 包 바오/얼마나
điều 調 디에우/말

cảm giác trong anh bây giờ có lẽ...
感 覺 舳 倓 悲 睰 固 鍾
깜 지악 쫑 아잉 버이 져 꼬 레
지금 내 마음의 느낌은 아마도…
cảm giác 感覺/감각,느낌
bây giờ 悲睰 버이져/지금
có lẽ 固鍾 꼬레/ 아마도

Hơn cả yêu
欣 習 愮
헌 까 이에우
어떤 사랑보다 더하답니다

Anh vẫn còn nhớ,
㑃 吻 群 恘
아잉 뷘 꼰 녀
난 아직도 여전히 그리워하네

còn 群 꼰/여전히, 남다, 그런데
nhớ 恘 녀/기억하다, 그리워하다

Lần đầu tiên ta gặp nhau
吝 頭 先 歋 返 憢
런 더우 띠엔 따 갑 냐우
우리 처음 같이 만난 때

lần 吝 런/뷘,째
lần đầu 吝頭 런 더우/처음
tiên 先 띠엔/처음
ta 歋
gặp nhau 返憢 갑냐우/같이 만나다

Chẳng biết trước lần đó sẽ là
丞 別 燋 吝 度 吰 罗
짱 비엣 쯔억 런 도 세 라
그 이전엔 전혀 알지 못했던 것은

chẳng 丞 짱/결코 ~ 아니다
trước 燋 쯔억/앞
lần đó 吝度 런도/그때

lần cuối anh yêu một ai trên đời
吝 檜 㑃 愮 爻 埃 蓮 琵
런꾸오이 아잉 이에우 몯 아이 쩬 더이

113

내 인생 한 사람을 사랑한 마지막 인 것을

lần cuối 吝檜 런 꾸오이/마지막 번
cuối 檜 꾸오이/끝
ai 埃 아이 /누구
đời 迡 더이/인생

Anh không còn mơ,
倎 空 群 瞞
아잉 콩 꼰 머
나 더 이상은 꿈꾸지 않아

mơ 瞞 머/꿈꾸다

gặp và yêu ai được nữa
迺 吧 憛 埃 得 姅
갑 바 이에우 아이 드억 느어
또 다른 누구를 만나서 사랑하게 되는 것

nữa 姅 느어/또, 더

Giờ anh đã có em đây rồi,
晷 倎 㐌 固 俺 低 耒
져 아잉 다 꼬 엠 더이 조이
지금 나 너 함께 하게 되었으니

đây rồi 低耒 더이조이/~후에, ~된 뒤
rồi 耒 조이/이미

cùng em đi hết quãng đường đời.
共 俺 扔 歇 壙 塘 迡
꿍 엠 디 헷 꾸앙 드엉 더이
너와 함께 인생길 끝까지 가고 싶어

đi 扔 디/가다
hết 歇 헷/끝내다
quãng 壙 꾸앙/길, 시간
đường 塘 드엉/길
đời 迡 더이/인생

114

15 Bông hoa đẹp nhất
芃葩懍一
봉호아댑녓/ 제일 예쁜 꽃

가수 : Quân A.P

Mãi sau này anh mới biết
買 鏂尼 偋 潣 別
마이 싸우 나이 아잉 머이 비엣
난 나중에서야 겨우 알았네

> mãi 買 마이/계속
> sau này 鏂尼 싸우나이/나중에
> mới 潣 머이/비로소, 새로

Bông hoa đó không phải của anh
芃 葩 妬 空 沛 貼 偋
봉 호아 도 콩 파이 꾸어 아잉
이 꽃이 내 것이 아닌 것을

> Bông hoa 芃葩 봉호아/꽃
> đó 妬 도/그
> không phải 空沛 콩 파이/~이 아니다

Chẳng qua là anh đã đi ngang qua
丞 過罗 偋 它迻 昂 過
짱 꾸아 라 아잉 다 디 응앙 꾸아

đúng mùa hoa đẹp nhất
岜 務 葩 懍 一
둥 무어 호아 댑 녓

난 단지 가장 예쁜 꽃의 계절을 건너갔을 뿐

      chẳng qua丞過/단지 ~일 뿐

    đi ngang qua趶昂過/가로질러 나가다

        đúng 覃 둥/딱, 올바른, 맞는

          mùa 務 무어/계절, 철

      đẹp nhất 慄一 뎁녓/제일 예쁜

Con tim anh cứ ngờ là duyên số

孨 心 偀 拠 悟 罗 缘 数

꼰 띰 아잉 끄 응오라 쥬웬 써

내 마음은 그저 인연일 뿐이라 믿었어

        con tim孨心 꼰띰/마음

          Cứ 拠 끄/그냥

   ngờ là 悟罗 응오라/~라 상상하다, 믿다

   duyên số 缘数 쥬웬써/인연, 연분

Thì ra đó chỉ là chuyện hư vô

辰 羅 妬 只 罗 嗛 虚 無

티 자 도 찌 라 쮸엔 흐 보

사실은 그건 단지 말이 안 되는 거였어

    thì ra 辰羅 티자/사실은, 실제는

      chỉ là 只罗 찌라/다만

   chuyện 嗛 쮸엔/이야기, 일

     hư vô 虚無 흐보/허무

Lý do chia tay là gì em có biết không

理 由 妢 掭 罗 之 俺 固 別 空

리 조 찌어 따이라지 앰 꼬 비엣 콩

이별의 이유가 뭔지 넌 몰라

    chia tay 妢掭 찌어따이/헤어짐

    là gì 罗之 라지/무엇?

Vì em không yêu anh như anh yêu em
為 媕 空　惈 傔　如 傔 惈 媕
뷔 앰 콩　이에우아잉 녀 아잉 이에우 앰
내 널 사랑한 만큼 넌 날 사랑하지 않아서야

vì 為 뷔/~때문에
như 如 녀/~처럼

Vì em xem anh chỉ là nhất thời
為 媕 眐 傔 只 罗 一 時
뷔 앰 쎔 아잉 찌 라 녓 터이
넌 날 그저 일시적인 걸로 보니까

xem 眐 쎔 /보다
nhất thời 一時 녓터이/일시적인

Người mới chơi vơi như anh làm sao anh mơ có em
馭 潣 挭 潙 如 傔 ⺊牢 傔 瞇 固 媕
응어이머이 쩌이 붜이 녀 아잉 람 사오 아잉 머 꼬 앰
나 처럼 머저리가 어찌 널 갖겠다 바랄 수 있나

mới 潣 머이/갓, 새로
chơi vơi 挭潙 쩌이붜이/허우적허우적, 어리버리
làm sao ⺊牢 람사오/어찌
mơ 瞇 머/꿈꾸다, 바라다

Mãi sau này xa nhau anh mới thấu
買 鮘 尼 柂 憢 傔 潣 透
마이 싸우 나이 싸 냐우 아잉 머이 터우
나중에서야 난 왜 헤어져 있는 지 깨달았어

xa 柂 싸/먼
xa nhau 柂憢 싸냐우/멀리 떨어진
mới thấu 潣透 머이터우/갓 깨닫다
thấu 透 터우/꿰뚫다, 관통하다

Suốt chặng đường khi yêu ai biết đâu
率 拯 塘 欺 愞 埃 別 兜
쑤옷 짱 드엉 키 이에우 아이 비엣 더우
어떤이를 사랑하는 전 노정에서 누가 알겠나

suốt 率 쑤옷/내내

chặng đường 拯塘 짱드엉/길, 루트

chặng拯 짱/루트

đường 塘 드엉/길

khi 欺 키/때

ai 埃 아이 /누구

biết đâu 別兜 비엣더우/어찌

Người mình từng thương giờ như hai người xa
싥 輪 層 傷 晗 如 台 싥 柂
응어이 밍 뜽 트엉 져 녀 하이 응어이 싸

lạ đã biết hết về nhau
罗 㐌 別 歇 術 憢
라 다 비엣 헷 붸 냐우

한때 내 사랑했던 사람 지금은 서로에 대해 모
든 것을 아는 멀어진 둘 인 것처럼

người mình 싥輪 응어이 밍/내사람

từng 層 뜽/~이었든

thương 傷 트엉/사랑하다

hai 台 하이/둘

biết hết 別歇 비엣헷/다 알아버리다

Sau này gặp nhau anh muốn biết
鮋 尼 迲 憢 侯 憫 別
싸우 나이 갑냐우 아잉 무온 비엣
나중에 만나면 난 묻고 싶어요

sau này 鮋尼 싸우나이/나중에

gặp nhau 迲憢 갑냐우/만나다

Mùa hoa đẹp nhất em có nhớ gì
务 葩 懍 一 婎 固 忟 之
무어 호아 댑 녓 앰 꼬 녀 지
가장 예쁜 꽃 피는 계절에 넌 뭘 떠올리니?

nhớ 忟 녀/기억하다

Ngày đó yêu nhau lúc xuân thì
暭 妶 㦖 憢 昑春 辰
응아이 도 이에우 냐유 룹 쑤언 티
그 날 서로 사랑한 것이 봄이고

lúc xuân 昑春 룹쑤언/봄에

Mà điều gì làm em quay lưng đi
麻 調 之 ⺆ 婎 乖 骹 㢮
마 디에우지 람 앰 쫘이 릉 디
그것이 널 되돌리게 해

điều gì 調之 디에우지/비로소
làm ⺆ 하다
quay lưng 乖骹 쫘이릉/돌아서다

Nếu gặp lại nhau em vẫn ôm anh
叻 迲 吏 憢 婎 吻 掩 俤
네우 갑 라이 냐우 앰 뷘 옴 아잉
만약 다시 만나게 되면 날 또 안아주오

nếu 叻 네우/만약에
gặp lại nhau 迲吏憢 갑라이냐우/재회하다
ôm 掩 옴/껴안다

Hay em sẽ né tránh anh
哈 婎 吽 你 掙 俤
하이 앰 쌔 네 짜잉 아임
아님 넌 날 외면할 거니

hay 哈 하이/또는
né tránh 你掙 네짜잉/피하다

Chỉ dám buông đôi câu chào
只　敢　蒚　堆　句　嘲
찌　담　부옹　도이　꺼우　짜오
그저 억지라도 몇 마디 인사를 건네요

dám 敢　담/감히
buông 蒚부옹/털어놓다, 풀다
đôi câu 堆句　도이 꺼우/몇 마디
đôi 堆　도이/~몇
chào 嘲　짜오/인사

Dạo này anh sao
蹈　尼　偟　牢
자오나이　아잉　싸오
오빠 요즘 어뗘냐고

dạo này 蹈尼 자오 나이/요즈음

Mãi sau này anh mới biết
買　鉤尼　偟　濔　別
마이　싸우　나이　아잉　머이　비엣
난 나중에서야 겨우 알았네

Người đó không phải người yêu anh
𠊛　妬　空　沛　時　愯　偟
응어이　도　콩　파이　응어이　이에우　아잉
그 사람은 니 애인이 아니야

Chẳng qua là anh đã đi ngang qua đúng ngay
丞　過罗偟　㐌　迻昂　過　串　証
쯩　꽈　라　아잉　다　디응앙　꽈　둥　응아이

người cô đơn nhất
𠊛　孤　單　一
응어이　꼬　던　녓

120

그저 하필 가장 외로운 사람을 지나쳤던 것일 뿐

chẳng qua丞過/단지 ~일 뿐
đi ngang qua迻昂過/가로질러나가다
đúng 中 둥/딱,올바른, 맞는
đúng ngay 中証 둥응아이/똑바로, 하필이면
cô đơn 孤單 꼬 던/외로운

Thì thầm vài câu mình nói yêu nhau
辰 嘁 吧 句 躰 吶 慺 僥
티 탐 봐이 꺼우 밍 노이 이에우 냐우
우리 사랑한다고 몇 마디 살며시 말해봐

thầm 嘁 탐/몰래, 살며시
vài câu 吧句봐이 꺼우/몇 마디
vài 吧 봐이/몇몇
nói 吶 노이/말하다

Thế nên chuyện mình cũng chẳng tới đâu
勢 鋃 囀 躰 拱 丞 細 兜
테 넨 쭈엔 밍 꿍 짱 떠이 더우
따라서 내 이야기도 아무데도 못가고 있지

chuyện 囀 쭈엔/이야기, 일
cũng 拱 꿍/역시, ~도
chẳng 丞 짱/아무~도 없이
tới 細 떠이/오다
đâu 兜 더우/어디

Lý do chia tay là gì em có biết không
理 由 紛 挕 罗 之 媫 固 別 空
리 조 찌어 따이라지 앰 꼬 비엣 콩
이별의 이유가 뭔지 넌 몰라

Vì em không yêu anh như anh yêu em
為 媕 空 㦪 㑇 如 㑇 㦪 媕
뷔 앰 콩 이에우 아잉 녀 아잉 이에우 앰
내 널 사랑한 만큼 넌 날 사랑하지 않아서야

Vì em xem anh chỉ là nhất thời
為 媕 貼 㑇 只 罗 一 時
뷔 앰 쎔 아잉 찌 라 녓 터이
넌 날 그저 일시적인 걸로 보니까

Người mới chơi vơi như anh làm sao anh mơ có em
㝵 㵋 拯 㵋 如 㑇 ⺤ 牢 㑇 矒 固 媕
응어이머이 쩌이 붜이 녀 아잉 람 사오 아잉 머 꼬 앰
나 처럼 머저리가 어찌 널 갖겠다 바랄 수 있나

Mãi sau này xa nhau anh mới thấu
買 鮲 尼 㭕 饒 㑇 㵋 透
마이 싸우 나이 싸 냐우 아잉 머이 터우
나중에서야 난 왜 헤어져 있는 지 깨달았어

Suốt chặng đường khi yêu ai biết đâu
率 拯 塘 欺 㦪 埃 別 兜
쑤옷 짱 드엉 키 이에우 아이 비엣더우
어떤이를 사랑하는 전 노정에서 누가 알겠나

Người mình từng thương giờ như hai người xa
㝵 艆 層 傷 晗 如 台 㝵 㭕
응어이 밍 뜽 트엉 져 녀 하이응어이 싸

lạ đã biết hết về nhau
罗 㐌別 歇 衛 憢
라 다 비엣 헷 붸 냐우

한때 내 사랑했던 사람 지금은 서로에 대해 모든 것을 아는 멀어진 둘 인 것처럼

Sau này gặp nhau anh muốn biết
𩛷 尼 返 憢 俟 憫 別
싸우 나이 갑냐우 아잉 무온 비엣
나중에 만나면 난 묻고 싶어요

Mùa hoa đẹp nhất em có nhớ gì
务 葩 惵 一 婘 固 恈 之
무어 호아 댑 녓 앰 꼬 녀 지
가장 예쁜 꽃 피는 계절에 넌뭘 떠올리니?

Ngày đó yêu nhau lúc xuân thì
응아이 도 이에우 냐유 룹 쑤언 티
㝵 妬 憁 憢 昹 春 辰
그 날 서로 사랑한 것이 봄이고
lúc xuân 昹春 룹쑤언/봄에

Mà điều gì làm em quay lưng đi
麻 調 之罒 婘 乖 䏧 趍
마 디에우지 람 앰 꽈이 릉 디
그것이 널 되돌리게 해
Nếu gặp lại nhau em vẫn ôm anh
吖 返 吏 憢 婘 吻 掩 俟
네우 갑 라이 냐우 앰 뷘 옴 아잉
만약 다시 만나게되면 날 또 안아주오

Hay em sẽ né tránh anh
哈 媕 吶 你 挣 俠
하이 앰 쌔 네 짜잉 아임
아님 넌 날 외면할 거니

Chỉ dám buông đôi câu chào
只 敢 蒚 堆 句 嘲
찌 담 부옹 도이 꺼우 짜오
그저 억지라도 몇 마디 인사를 건네요

Dạo này anh sao
蹹 尼 俠 牢
자오나이 아잉 싸오
오빠 요즘 어떠냐고

Vì em không yêu anh như anh yêu em
為 媕 空 㥒 俠 如 俠 㥒 媕
뷔 앰 콩 이에우 아잉 녀 아잉 이에우 앰
내 널 사랑한 만큼 넌 날 사랑하지 않아서야

Vì em xem anh chỉ là nhất thời
為 媕 貼 俠 只 罗 一 時
뷔 앰 쎔 아잉 찌라 녓 터이
넌 날 그저 일시적인 걸로 보니까

Người mới chơi vơi như anh làm sao anh mơ có em
𠊮 湄 挗 潙 如 俠 𡝅 牢 俠 𥄮 固 媕
응어이머이 쩌이 붜이 녀 아잉 람 사오 아잉 머 꼬 앰
나 처럼 머저리가 어찌 널 갖겠다 바랄 수 있나

124

Mãi sau này xa nhau anh mới thấu
買 鎀 尼 柂 憹 俺 濆 透
마이 싸우 나이 싸 냐우 아잉 머이 터우
나중에서야 난 왜 헤어져 있는 지 깨달았어

Suốt chặng đường khi yêu ai biết đâu
率 拯 塘 欺 悷 埃 別 兜
쑤옷 짱 드엉 키 이에우 아이 비엣 더우
어떤이를 사랑하는 전 노정에서 누가 알겠나

Người mình từng thương giờ như hai người xa
猌 艪 層 傷 晙 如 台 猌 柂
응어이 밍 뜽 트엉 져 녀 하이응어이 싸

lạ đã biết hết về nhau
罗 㐌 別 歇 術 憹
라 다 비엣 헷 붸 냐우

한때 내 사랑했던 사람 지금은 서로에 대해 모
든 것을 아는 멀어진 둘 인 것처럼

Sau này gặp nhau anh muốn biết
鎀 尼 返 憹 俺 憫 別
싸우 나이 갑냐우 아잉 무온 비엣
나중에 만나면 난 묻고 싶어요

Mùa hoa đẹp nhất em có nhớ gì
務 葩 懜 一 俺 固 忬 之
무어 호아 댑 넛 앰 꼬 녀 지
가장 예쁜 꽃 피는 계절에 넌뭘 떠올리니?

Ngày đó yêu nhau lúc xuân thì
응아이 도 이에우 냐유 룹 쑤언 티
暷　　妠　懓　憢　　眈　春　辰
그 날 서로 사랑한 것이 봄이고

Mà điều gì làm em quay lưng đi
麻　調　之　㲾　㑣　乖　䯛　䢫
마 디에우지 람 앰 꽈이 릉 디
그것이 널 되돌리게 해

Nếu gặp lại nhau em vẫn ôm anh
叮　迸　吏　憢　㑣　吻　掩　俺
네우 갑 라이 냐우 앰 뷘 옴 아잉
만약 다시 만나게 되면 날 또 안아주오

Hay em sẽ né tránh anh
哈　㑣　吡　你　掙　　俺
하이 앰 쌔 네 짜잉 아임
아님 넌 날 외면할 거니

Chỉ dám buông đôi câu chào
只　敢　蘆　堆　句　嘲
찌 담 부옹 도이 꺼우 짜오
그저 억지라도 몇 마디 인사를 건네요

Dạo này anh sao
踳　尼　俺　牢
자오나이 아잉 싸오
오빠 요즘 어떠냐고

126

16 Cũng đành thôi
拱停催
꿍 다잉 토이/그렇게 할게

가수 : Đức Phúc

Em gọi anh lúc 3 giờ sáng
娷 噲 偼 眛 唔 晘 爤
엠 고이 아잉 룹 바져 상
너 내게 새벽 3시에 내게 전화 했네

> gọi 噲 고이/부르다
> lúc 眛 룹/때
> 3 giờ 唔晘 바져/세시
> sáng 爤 상/아침

Anh lặng nghe rất êm từng tiếng thở
偼 朗 眰 慄 俺 層 嗜 呲
아잉 랑 응에 젓 엠 뜽 띠엉 터
난 너의 한탄을 부드럽게 한마디 한마디 다 잘 들어

> lặng nghe 朗眰 랑응에/잠자코 듣다
> êm 俺 엠/부드러운
> từng 層 뜽/개개의, 하나 하나의
> tiếng 嗜 띠엉/소리
> thở 呲 터/탄식
> tiếng thở 嗜띠엉터/한탄

Hai tuần ta cách xa rồi đấy
乨 旬 些 挌 柂 耒 帝
하이 뚜언 따 까익 싸 조이 더이
우리 2주간이나 못 만났어

> cách xa 挌柂/ 먼, 떨어진
> rồi đấy 耒帝 조이더이/~있다

127

tuần 旬 뚜언/주
ta 𢧲 따/우리

Chắc giờ anh cũng không còn bất ngờ
職 　 𣉹 　 偀 　 拱 　 空 　 群 不 　 疑
짝 　 져 　 아잉 꿍 　 콩 　 꼰 벗 　 응어
분명 그 때 난 전혀 예기치 못했어

chắc 職 짝/분명
cũng拱 꿍/또한
không còn 空群 콩 꼰/~없다
bất ngờ 不疑 벗응어/예기치못한

Lời chia tay em giữ thật lâu
㖡 　 𢺺 　 𢬣 　 㛪 　 䋦 　 實 　 数
러이 찌어따이 앰 지으 텃 러우
니가 오랫동안 헤어질 생각하고 있던 것

lời 㖡 러이/말
chia tay 𢺺𢬣 찌어따이/헤어지다
giữ 䋦 지으/유지하다
thật lâu 實数 텃러우/오래도록

Và giờ đây thì cũng đã nên câu
吧 𣉹 　 低 　 辰 拱 　 㐌 　 𢧚 　 句
봐 져 　 더이 　 티 꿍 　 다 　 넨 　 꺼우
그래서 이제 그렇다고 말을 하네

giờ đây 𣉹低 져더이/지금, 이제
nên 𢧚 넨/그래서
câu 句 꺼우/말

Từng lời như vết cắt rất sâu
層 　 㖡 如 　 疸 　 割 慄 　 溇
뜽 　 러이 녀 　 뻿 　 깟 젓 써우
구구절절 깊이 벤 상처를 내는 듯해

từng lời 層㖡 뜽러이/구구절절
vết cắt 疸割 뻿깟/창상

Hạt mưa đêm như rơi vào tim
籺 霜 脘 如 籾 皈 心
핫 므어 뎀 녀 저이 봐오 띰
밤의 빗방울이 마음 속으로 쏟아지는 듯해

hạt mưa 籺霜 핫므어/빗방울
đêm 脘 뎀/밤
rơi 籾 저이/떨어지다
vào 皈 봐오/~들어가다
tim 心 띰/마음

Và không gian dường như quá đắm chìm
吧 空 艱 樣 如 過 沈 沉
봐 콩 쟌 즈엉 녀 꽈 담 찜
그래도 마치 가라앉는 듯 화나진 않아

gian 艱 쟌/화나다
dường như 樣如 즈엉녀/마치 ~인 듯
đắm chìm 沈沉 담찜/가라앉다

Một người gác máy lăng im
爻 得 各 檟 朗 奄
못 응어이 각 마이 랑 임
한 사람 전화를 내려놓고 가만히 있네

gác 各 각/놓다
máy 檟 마이/전화기
lăng im 朗奄 랑임/침묵하다

Em muốn quên đi chuyện lúc xưa
媕 憫 謓 趍 嚩 昒 貹
앰 무온 꿴 디 쭈엔 룹 쓰어
넌 옛 일은 잊어버리려 하지

quên 謓 꿴/잊다
chuyện 嚩 쭈엔/일,이야기

lúc 昤 룩/때
xưa 楚 쓰어/ 옛날

Anh cũng không quan tâm em hơn nữa
㑮 拱 空 關 心 婀 欣 姅
아잉 꿍 콩 꽌 떰 앰 헌 느어
나 역시 네게 더 이상 관심 없어

> quan tâm 關心 꽌떰/관심
> hơn 欣 헌/~이상
> nữa 姅 느어/더 많은

Trong chúng ta đâu ai có quyền
毗 眾 㩧兜 哀 固 權
쫑 쭈옹 따 더우 아이 꼬 꿴
우리들 중 누가 그러려 하나요

> trong 毗 쫑/~안에
> chúng ta 眾㩧 쭈옹따/우리들
> ai 哀 /누가
> quyền 權 꿴/권리,권한

Níu kéo được nhau
扭 㧅 得 憢
니우 깨오 드억 냐우
서로 붙잡고 끌어 당기려는

> níu kéo 扭㧅 니우깨오.유혹하다
> níu 扭 니우/잡다, 붙들다
> kéo 㧅 깨오/당기다

Em muốn quên đi bao tháng ngày
婀 憫 唁 㧣 包 朡 時
앰 무온 꿴 디 바오 탕 응아이
넌 그 시간들 다 잊어버리려 하네

> tháng ngày 朡時 탕응아이/세월
> tháng 朡 탕/월,달

130

Anh cũng mong hai ta không giữ lấy
傛 拱 朦 㐌 䫄 空 㴜 祕
아잉 꿍 몽 하이 따 콩 즈어 러이
나 역시 우리 둘 유지하고 싶지 않아

> mong 朦 몽/바라다
> hai ta 㐌䫄 하이따/우리 둘
> giữ lấy /지키다
> giữ 㴜 즈어/유지하다
> lấy 祕 러이/잡다,받다

Nên giấc mơ khi xưa khép lại
𠉞 膱 瞞 欺 貯 抾 又
넨 젹 머 키 쓰어 캪 라이
그래서 옛날을 매듭짓고싶어

> giấc mơ 膱瞞 젹머/꿈
> khép lại 抾又 캪라이/매듭짓다

Theo gió nhẹ trôi
蹺 蠡 珥 潙
테오 죠 녜 쪼이
바람따라 부드럽게 흘려보내

> theo 蹺 테오/~에 따라서
> gió 蠡 죠/바람
> nhẹ 珥 녜 /가벼운
> trôi 潙 쪼이/흐르다,지나다

Thôi cũng đành thôi
催 拱 停 催
토이 꿍 다잉 토이
그저 또한 그럴 수 밖에

> thôi 催 토이/단지~이다
> đành thôi 停催 다잉토이/어쩔 수 없이~하다
> đành 停 다잉/~할 밖에

131

Một hai câu chia tay rồi thôi
爻 台 句 𢵰 稗 耒 催
못 하이 꺼우 찌어 따이 조이 토이
한 두마디 이별인사면 그만이지

một hai câu 못하이꺼우/한두마디

rồi 耒 조이/이미

Và cứ thế thời gian vẫn cứ trôi
吧 拠 勢 時 間 吻 拠 潘
봐 끄 테 터이 쟌 버언 끄 쪼이
그리고 마냥 시간은 그리 흘러간다

cứ thế 拠勢 끄테/마냥, 그대로

thời gian 時間 터이쟌/시간

vẫn 吻 붠 /여전히

cứ trôi 拠潘 끄쪼이/그리 흘러간다

trôi 潘 쪼이/흐르다

Rằng tình yêu nơi đâu mất rồi
浪 情 㦖 坭 兜 佚 耒
장 띤 이에우너니더우 멋 조이
사랑을 어디서 잃었냐 하면

rằng 浪 장/~라고

nơi 坭 이/곳

đâu 兜 더우/어디

mất 佚 멋/잃 다

Liệu rằng em nơi phương trời xa
料 浪 㛪 坭 方 𣼵 柁
리에우 장 앰 너이 프엉 쩌이 싸
아마도 니 있는 저 먼 하늘 쪽이라고 할까

liệu 料 리에우/아마도~일까?

phương 方 프엉/방향

Tình yêu đó còn vương vấn thiết tha
情 㥝 妬 群 紝 網 切 磋
띤 이에우 도 꼰 브엉 붠 티엣 타
이 사랑 여전히 진심 휘감겨있고

còn群 꼰/여전히, 남다
vương 紝/붙어있다, 남다
đó 妬 도/이,그
vấn 網 붠/감기다,감다
thiết tha切磋 티엣타/진심으로

Và lòng em có nhớ ta?
吧 悉 㛪 固 恪 些
봐 롱 앰 꼬 녀 따
그리고 넌 우리를 기억하니?

nhớ 恪 녀/기억하다
lòng 悉 롱/마음

Em muốn quên đi chuyện lúc xưa
㛪 㦖 涓 迻 傳 昖 㗂
앰 무온 꿴 디 쭈옌 룹 쓰어
넌 옛 일은 잊어버리려 하지

Anh cũng không quan tâm em hơn nữa
倈 拱 空 關 心 㛪 欣 姅
아잉 꿍 콩 꽌 떰 앰 헌 느어
나 역시 네게 더 이상 관심 없어

Trong chúng ta đâu ai có quyền
䜘 眾 些 兜 哀 固 權
쫑 쭈웅 따 더우 아이 꼬 꿴
우리들 중 누가 그러려 하나요

Níu kéo được nhau
扭 掿 得 饒
니우 깨오 드억 냐우

서로 붙잡고 끌어 당기려는

Em muốn quên đi bao tháng ngày
淹 憫 顛 㢮 包 膼 時
앰 무온 꿴 디 바오 탕 응아이
넌 그 시간들 다 잊어버리려 하네

Anh cũng mong hai ta không giữ lấy
傛 拱 朦 㤭 拕 空 竚 祕
아잉 꿍 몽 하이 따 콩 즈어러이
나 역시 우리 둘 유지하고 싶지 않아

Nên giấc mơ khi xưa khép lại
𫋙 職 瞞 欺 𡦂 扶 又
넨 젝 머 키 쓰어 캪 라이
그래서 옛날을 매듭짓고싶어

Theo gió nhẹ trôi
蹺 𩙌 珥 潘
테오 죠 녜 쪼이
바람따라 부드럽게 흘려보내

Thôi cũng đành thôi
催 拱 停 催
토이 꿍 다잉 토이
그저 또한 그럴 수 밖에

Thôi cũng đành thôi
催 拱 停 催
토이 꿍 다잉 토이
그저 또한 그럴 수 밖에

Thôi cũng đành thôi
催 拱 停 催
토이 꿍 다잉 토이

그저 또한 그럴 수 밖에

Em muốn quên đi chuyện lúc xưa
媕 憫 唁 彽 嘝 昹 㝎
앰 무온 롄 디 쭈엔 룹 쓰어
넌 옛 일은 잊어버리려 하지

Anh cũng không quan tâm em hơn nữa
㑵 拱 空 關 心 媕 欣 姅
아잉 꿍 콩 꽌 떰 앰 헌 느어
나 역시 네게 더 이상 관심 없어

Trong chúng ta đâu ai có quyền
𫒈 眾 㧣 兜 哀 固 權
쫑 쭈웅 따 더우 아이 꼬 꿴
우리들 중 누가 그러려 하나요

Níu kéo được nhau
扭 捁 得 憹
니우 깨오 드억 냐우

서로 붙잡고 끌어 당기려는

Em muốn quên đi bao tháng ngày
媕 憫 唁 彽 包 膛 時
앰 무온 롄 디 바오 탕 응아이
넌 그 시간들 다 잊어버리려 하네

Anh cũng mong hai ta không giữ lấy
㑵 拱 矇 台 㧣 空 竻 祕
아잉 꿍 몽 하이 따 콩 즈어러이
나 역시 우리 둘 유지하고 싶지 않아

Nên giấc mơ khi xưa khép lại
軱 職 矘 欺 쬘 抾 又
넨 적 머 키 쓰어 캪 라이
그래서 옛날을 매듭짓고싶어

Theo gió nhẹ trôi
蹺 鑫 珥 潘
테오 죠 녜 쪼이
바람따라 부드럽게 흘려보내

Thôi cũng đành thôi
催 拱 停 催
토이 꿍 다잉 토이
그저 또한 그럴 수 밖에

136

17 Anh đợi em được không
俟待媕得空
아잉 도이 앰 드억 콩/ 오빠 날 기다릴거죠

가수 : Mỹ Tâm

Đêm nay là đêm cuối hai ta gần nhau
腌 尼罗 腌 檜 㐰 抐 斯 憢
뎀 나이 라 뎀 꾸오이 하이 따 건 냐우
오늘 밤 우리 둘 마지막 같이 있는 밤

đêm 腌 뎀/밤
cuối 檜 꾸오이/마지막
hai ta 㐰抐 하이따/우리 둘
gần nhau 斯憢 건냐우/가까이 있는

Có biết bao nhiêu điều em muốn nói
固 別 包 饒 調 腌 憫 吶
꼬 비엣 바오 니유 디에우 앰 무온 노이
내가 얼마나 많은 말 하고픈지 알지

nhiếu 饒 니유/많은
bao nhiếu 包饒 바오니유/얼마나
điều 調 디에우/말

Khi nhìn vào đôi mắt em thấy niềm đau
欺 眤 舀 對 眜 腌 覽 念 疠
키 닌 봐오 도이 맛 앰 터이 니앰 다우
내 두눈 들여다 볼 때 괴로움이 보이네

vào 舀 바오/들어오다,~부터
đôi 對 도이/양,쌍
mắt 眜 맛/눈

137

thấy 篦 터이/보다
đau 疛 다우/아프다
niềm đau 念疛 니엠다우/괴로움

Em biết anh đang buồn lắm đúng không?
俺 別 㑡 當 㑹 夥 甲 空
앰 비엣 아잉 당 부온 람 둥 콩
전 오빠가 지금 무척 슬픈 건 알아요 그렇죠?

buồn 㑹 부온/슬픔
lắm 夥 람/매우
đúng 甲 둥/올바른, 정확한

Anh siết chặt thân xác em trong lặng im
㑡 切 掣 身 殼 俺 軸 朗 奄
아잉 시엣 짯 턴 싹 앰쫑 랑 임
오빠는 제 몸을 꽉 끌어 안고서 말이 없고요

siết chặt 시엣짯/꽉조이다
thân xác 身殼 턴싹/신체, 몸
lặng im 朗奄 랑임/조용하다

Nước mắt anh thay lời anh muốn nói
渃 眜 㑡 䊵 咶 㑡 憫 呐
느억 맛 아잉 타이 러이 아잉 무온 노이
오빠 눈물로 하고픈 말을 대신하네요

nước 渃 느억/물
thay 䊵 타이/대체하다
lời 咶 러이/말

Em sẽ thật mạnh mẽ sẽ cố mỉm cười
俺 吻 實 猛 瑪 吻 固 噤 唭
앰 쌔 텃 마잉 매 쌔 꼬 밈 끄으이
전 정말 애쓰며 힘들게 미소지으려 하죠

138

mạnh mẽ 猛瑪 마잉매/세다. 강력한

cố 固 꼬/필사적으로 노력하다

mim cười 嚜嘁밈끄어이/미소짓다, 웃음을 날리다

Chỉ là ta tạm xa nhau chút thôi

只 罗 㩚 心 柂 憢 怵 催

찌 라 따 뗌 싸 냐우 쫏 토이

단지 우리 마음만 조금 멀리 떨어지는 것 뿐인데

Chỉ là 只罗 찌라/단지~이다

ta tạm 㩚心 따뗌/우리 마음

xa nhau 柂憢 싸냐우/멀리 떨어진

chút 怵 쫏/조금

Anh đừng yêu người khác nhé,

㑣 停 慄 𠊛 恪 nhé

아잉 등 이에우 응어이 카익 네

오빠, 딴 사람 사랑하면 안되요,

anh chờ em được không?

㑣 待 媕 得 空

아잉 쩌 앰 드억 콩

오빠, 날 기다려줄거지?

đừng 停 등/~하지마, ~해선 안된다

khác 恪 카익/다른

yêu 慄 이에우/사랑하다

chờ 待 쩌/기다리다

Cho dù đêm dài lạnh lẽo không một ai kề bên

朱 咻 腍 𨱽 冷 了 空 爻 哀 俱 边

쪼 쥬 뎀 자이 랑 레오 콩 못 아이 께벤

비록 밤이 길고 추워도 다른 사람 가까이 두지마

139

dù 喦 쥬/비록~라도, 어쨋든
đêm 肷 뎀/밤
dài 毦 자이/길다
lạnh 冷 랑/춥다
lēo 了 래오/비뚤어지다
ai 哀 /누가, 누구
kề bên 俱边 께벤/이웃, 근처에
kề 俱 께/가까이

Em phải đi thật xa nhưng em sẽ quay về sớm thôi
淹 沛 刻 實 柁 仍　　淹 吪 乖　術 歚 催
앰 파이 디 텃 싸 녕　앰 쌔 꽈이 붸 써엄 토이
저 정말 멀리 가지만 저는 빨리 돌아올거예요
　　　　　phải 沛 파이/ 반드시~하다
　　　　　nhưng 仍 녕/그래도
　　　　　quay 乖
　　　　quay về 꽈이베/돌아오다
　　　　về 術 붸 /~으로
　　　　sớm 歚 써엄 /일찍

Biết là anh sẽ buồn lắm khi mưa rơi ngoài hiên
別 罗 偀 吪 恾 鬖 欺 湄 秾 外　　軒
비엣 라 아잉 쌔 부온 람 키　므어 저이 응오아이 히엔
바깥 베란다로 비 내리면 오빠 무척 슬프질거 알아
　　　　mưa 湄 므어 /비가 내리다
　　　　rơi 秾 저이 / 떨어지다, 추락하다
　　　　ngoài 外 응오아이/바깥
　　　　hiên 軒 히엔/베란다

Không còn ai gần bên khẽ ôm anh trong bình yên
空　　群 哀 斯 边 俱 掩 偀 軃 平　安
콩　　꼰 아이 건 벤 께 옴 아잉 쫑 빙　이엔

140

그 누구 가까이 곁에서 오빠를 편안하게 안아주지 않고

gần 斤 건 /가까운
bên khẽ 辺俱 벤께 /곁
ôm 掩 옴/안다
bình yên 平安 빙이엔/평온한

Em phải đi thật xa nhưng em sẽ quay về sớm thôi
崹 沛 迻 實 柂 仍 崹 吶 乖 術 轙 催
앰 파이 디 텃 싸 녕 앰 쌔 꽈이 붸 써엄 토이
저 정말 멀리 가야하지만 빨리 돌아올거예요

Anh hãy đợi một người
傔 駭 待 乂 鴄
아잉 하이 더이 못 응어이
오빠 나 한 사람 잘 기다려 줘

hãy 駭 하이/~하세요.,~하자
đợi 待(대) 더이 /기다리다

Khi đông về anh hãy mặc cho thật ấm
欺 冬 衛 傔 駭 袙 朱 實 暗
키 동 붸 아잉 하이 막 쪼 텃 엄
겨울오면 오빠 따뜻하게 옷 잘 입어요

Khi 欺 키 /~때
đông về 冬衛동베 /겨울
mặc 袙 막/입다
ấm 暗 엄/따뜻한

Luôn giữ cho không để lạnh bàn chân
輪 竚 朱 空 抵 冷 胖 蹞
루온 즈어 쪼 콩 데 랑 반 쩐
항상 잘 입고 발 시리지 않게 해요

luôn luôn 輪輪 루온 루온 /항상

141

giữ 苧 즈어/지키다
để 抵 데 /~하려고, ~하고자
bàn chân 胖蹎반쪈/발

Dẫu cho bận đến mấy đừng thức khuya quá
呦 朱 絆 到 免 停 眖 昈 過
저우 쪼 반 덴 머이 등 특 퀴아 꽈
비록 아무리 바빠도 밤을 지새우지 말아요
dẫu cho 저우쪼/비록~하는 한 있어도
bận 絆/바쁘다
đến mấy 到免 덴머이/아무리~해도
đừng 停 등/~하지마라
thức khuya 眖昈 특퀴아/늦게까지 자지않다
thức 眖 특/자지않다
khuya 昈 퀴아/밤늦은

Nếu biết em sẽ thật là xót xa
呀 別 媕 吒 實 羅 忸 柁
네우 비엣 앰 쌔 텃 라 쏯 싸
만약 내가 정말로 마음 아파할 것 알죠
nếu 呀 네우 /만약에
xót xa 忸柁 쏯싸/마음 아프다

Em sẽ gọi anh mỗi khi có chuyện vui
媕 吒 噲 偀 每 欺 固 嘩 㤲
앰 쌔 고이 아잉 머이키 꼬 쭈엔 부이
좋은 소식 있을 때 마다 오빠에게 전화할게요
gọi 噲 고이/부르다
mỗi khi 每欺머이키/언제나
vui 㤲 부이/좋은, 기쁜

Hay mỗi khi em cần nghe anh nói
哈 每 欺 媕 勤 賭 偀 吶

하이 머이키 앰 껀 응에 아잉 노이
또 그때마다 제가 오빠 목소리 들을 수 있으니까요

hay 哈 하이 /또는

cần 勤 껀 /필요

Chỉ cần được như thế, dẫu có xa xôi
只　勤　得　　如　勢, 呸　固　柁　吹
찌　껀　드억　녀　테, 저우 꼬 싸 쏘이
이렇게 할 수 있으니, 비록 멀어도 어때요

chỉ 只 찌/단지

cần được 勤得 껀드억/~할 수 있다

như thế 如勢 녀테/그 처럼

xa xôi 柁吹 싸쏘이/먼

Em nguyện mong chờ từng ngày tháng trôi
俺　願　懞　徐　層　畤　朒　潘
앰　웅웬　몽　쩌　뜽　응아이탕　쪼이
전 나날이 흘러가길 기도한답니다.

nguyện 願 응웬/서원하다

mong 懞 몽/바라다

chờ 徐 쩌/기다리다

từng 層 Emd/개개, 매매

ngày tháng 畤朒 응아이탕/세월, 나날

trôi 潘 쪼이/흐르다, 지나가다

Anh đừng yêu người khác nhé,
俠　停　愮　駄人　恪　nhé
아잉　등　이에우　응어이　카익　네
오빠, 딴 사람 사랑하면 안되요,

anh chờ em được không?
俠　待　俺　得　空
아잉　쩌　앰　드억　콩

143

오빠, 날 기다려줄거죠?

Cho dù đêm dài lạnh lẽo không một ai kề bên
朱　呐脏　餓冷　了空　爻　哀俱边
쪼　쥬뎀　자이랑　레오콩　못　아이　께벤
비록 밤이 길고 추워도 다른 사람 가까이 두지마

Em phải đi thật xa nhưng em sẽ quay về sớm thôi
㛪沛　㢲實柁仍　㛪吐乖　術毅催
앰　파이디텃　싸녕　앰　쌔꽈이뷔　써엄토이
저 정말 멀리 가야하지만 빨리 돌아올거예요

Biết là anh sẽ buồn lắm khi mưa rơi ngoài hiên
別罗㑣吐愊　夥欺　湄秾　外　軒
비엣라 아잉 쌔 부온 람 키 므어 저이 응오아이 히엔
바깥 베란다로 비 내리면 오빠 무척 슬프질거 알아

Không còn ai gần bên khẽ ôm anh trong bình yên
空　群哀斯边俱　掩㑣竜　平　安
콩　꼰아이건벤께옴아잉쫑　빙　이엔
그 누구 가까이 곁에서 오빠를 편안하게 안아주지 않고

Em phải đi thật xa nhưng em sẽ quay về sớm thôi
㛪沛　㢲實柁仍　㛪吐乖　術毅催
앰　파이디텃　싸녕　앰　쌔꽈이뷔　써엄토이
저 정말 멀리 가야하지만 빨리 돌아올거예요

Anh hãy đợi một người
㑣駭待爻𠊚
아잉 하이 더이 못 응어이

144

오빠 나 한 사람 잘 기다려 줘
Đa-đi-đa-đi-đa-đa-đa-đi-đa-đi-đa
Đa-đi-đa-đi-đa-đa-đa-đi-đa-đi-đa

Em phải đi thật xa nhưng em sẽ quay về sớm thôi
庵 沛 㐱 實 柁 仍   庵 吜 乖 術 衮 催
앰 파이 디 텃 싸 녕   앰 쌔 꽈이 붸 써엄 토이
저 정말 멀리 가야하지만 빨리 돌아올거예요

Biết là anh sẽ buồn lắm khi mưa rơi ngoài hiên
別 罗 㑣 吜 惂   㦖 欺 湄 秾 外   軒
비엣 라 아잉 쌔 부온 람 키 므어 저이 응오아이 히엔
바깥 베란다로 비 내리면 오빠 무척 슬프질거 알아

Không còn ai gần bên khẽ ôm anh trong bình yên
空   群 哀 斯 边 俱 掩 㑣 䡋 平 安
콩   꼰 아이 건 벤 께 옴 아잉 쫑 빙 이엔
그 누구 가까이 곁에서 오빠를 편안하게 안아주지 않고

庵 沛 㐱 實 柁 仍   庵 吜 乖 術 衮 催
앰 파이 디 텃 싸 녕   앰 쌔 꽈이 붸 써엄 토이
저 정말 멀리 가야하지만 빨리 돌아올거예요

Anh hãy đợi một người
㑣   駭 待 爻 㐌
아잉 하이 더이 못 응어이
오빠 나 한 사람 잘 기다려 줘

Đa-đa-đa-đi-đa-đa-đa-đa-đi-đa-đa-đa

Anh hãy đợi một người

偀 駭 待 乂 駃

아잉 하이 더이 못 응어이

오빠 나 한 사람 잘 기다려 줘

146

18 Cuộc sống em ổn không
局珅婼稳空
꾸옥쏭온콩/ 너 잘지내니

가수 : Anh Tú

Ngày hôm nay,
時　　歇　　念
응아이 홈　　나이

mình xa nhau được mấy ngày
躺　　柂　　憢　　得　　尒　　時
밍　　싸　　냐우　드억　머이　응아이

오늘 우리 떨어져 있은 지 얼마나 되었니
hôm nay 歇念 홈나이/오늘
mình 躺 밍/우리
xa nhau 柂憢 싸냐우/멀리 떨어진
mấy 尒 머이/얼마

Tại sao anh lại thế này,
在 牢　　俟　　吏　　勢　　呢,
따이 사오 아잉 라이 테 나이,

lệ anh sao cứ tuôn chảy
淚 俟　牢　拠　潨　　沚
레 아잉 사오 끄 뚜온 짜이

왜 나는 이렇게, 내 눈물은 그저 넘쳐흐르기만 하니
tại sao 在牢 따이 싸오 /왜
lệ 淚 레/눈물

cứ 拠 꼬 /그냥
tuôn 滦 뚜온/넘 쳐 나 다
chảy 泚 짜 이/흐 르 다

Em vẫn yêu ai đúng không vậy
崦 吻 愯 埃 甲 空 丕
앰 번 이에우아이 등 콩 붜이
넌 여전히 바른 사람을 사랑하고 있지않니

ai 埃 아이 /누구
đúng 甲 등/올바른
vậy 丕 붜이/그처럼

Đừng nói anh đã chia tay,
停 呐 偀 㐌 㧸 稫
등 노이 아잉 다 찌어 따이
내가 손을 놓았다 말하지마

sẽ chẳng phải với anh đấy.
吔 丞 沛 唄 偀 帝
쎄 짱 파이 붜이 아잉 더이
내가 그런게 아니잖아

đừng 停 등 /하지마라
chia tay 㧸稫 찌어따이/헤어지다
chẳng 丞 짱/결코~아니다
chẳng phải 丞沛 짱파이/~잖아요, ~아닌데
với 唄 붜이/~와

Anh phải vứt bỏ tình cảm vốn có,
偀 沛 捬補 情 感 本 固,
아잉 파이 븟보 띤 깜 본 꼬
난 원래의 감정을 버려야만 해

đong đầy bao nỗi lo
揀 苔 包 內 慮

동   더이 바오 노이로
고민거리를 묻어버리도록

> vứt bỏ 捕補 붓보/버리다
> tình cảm 情感 띤깜/감정
> vốn có 本固 본꼬/원래있던
> đong đầy 揀苔 동더이/묻다
> bao 包 바오/싸다,~에 이르다
> nỗi lo 노이로/걱정

Phải từ bỏ thật nhiều thói quen ta ngày đó
沛   辞補 實 整   退 慣 扯 時 妒
파이 뜨 보 텃 니유 토이 뀐   따 응아이도
그 많은 우리의 습관은 그만해야만 해

> từ bỏ 辞補 뜨보/그만두다
> thói quen 退慣 토이뀐/습관
> ngày đó 時妒 응아이도/그날

Để em bên cạnh người khác đó làm tất cả
抵 俺 辺 竟 𠊚 恪 妒 ⎯ 畢 弩
데 앰 벤 까잉 응어이 카악도 람 뗫 까

chẳng đắn đo
丞   旦 度
쯩   단 도

너 곁의 그 사람이 아무 생각없이 모든 걸 다해주도록
> bên cạnh 辺竟 벤까잉/곁의
> người khác 侼恪 응어이 카악 /다른 사람
> làm ⎯ 람/~하다
> tất cả 畢弩 뗫 까 /전부, 모두
> đắn đo 旦度 단도/심사숙고하다

Tại sao khi gặp lại nước mắt em vẫn rơi
在 牢 欺 迖 吏 渃 眜 㛪 吻 𥢆
따이사오 키 갑라이 느억 맛 앰 번 저이
왜 만날 때면 너의 눈물이 여전히 흐르는지
> khi gặp lại 欺迖吏 키갑라이 / 만날 때
> nước mắt 渃眜 느억맛 / 눈물
> rơi 𥢆 저이 / 떨어지다, 추락하다

Cuộc sống em ổn không, có giống em hi vọng
局 𤯩 㛪 穩 空, 固 𣳔 㛪 希 望
꾸옥 송 앰 온 콩, 꼬 종 앰 히 봉
너 살기는 편안한 거니. 니가 생각한 만큼이나
> cuộc sống 局𤯩 꾸옥송 / 삶, 인생
> ổn 穩 온 / 안정된, 온화한
> giống 𣳔 종 / 닮은
> hi vọng 希望 히봉 / 희망

Thấy em khóc, lòng phải chăng khổ tâm điều gì phải không.
𧡊 㛪哭, 悉 沛 庄 𦢳 心 調 之 沛 空
터이 앰 콥, 롱 파이 짱 코 떰 디에우 지 파이 콩
너 우는 걸 보고, 내 마음 어찌 안 아플 수 있을까
> khóc 哭 콥 / 울다
> lòng 悉 롱 / 마음
> phải chăng 沛庄 / 타당한, 이유있는

Anh vẫn luôn ở đây,
㛪 吻 輪 於 低
아잉 번 루온 어 더이
난 언제나 여기 있어

đừng đơn đau như vậy,
停 疸 疬 如 丕
등 던 다우 녀 붜이

150

그처럼 아파 하지마

đừng ghì chặt anh như đang muốn trách anh nhiều thế
停　　棋　　秩　　俵　　如　　當　　憫　　嘖　　俵　　髞　　勢
등　　기　　짯　　아잉　녀　　당　　무온　짜익　아잉　니유　테
날 질책하고 싶은 듯 날 꼭 끌어안지 마

> luôn 輪 루온 /언제나
> đớn đau 疸疞 던다우/아픈
> như vậy 如丕 녀붜이/그처럼
> ghì chặt 棋秩 기짯/얼싸안다
> nhiều thế 髞勢 니유테/잔뜩

Từng nói đã chọn đi, đừng cất bước quay về
層　　吶　　㐌　　撰　　迻,停　　拮　　跐　　乖　　術
뜽　　노이　다　쫀　　디,등　　깟　　브억　꽈이　뻬
이미 선택했다면, 뒤돌아 오면 안돼

> từng 層 뜽/개개, 매매
> chọn đi 쫀디/골라잡아라
> cất bước 깟브억/내디디다
> quay về乖術 꽈이베/되돌아가다

Thế nhưng thấy người anh thương tổn thương
勢　　仍　　篢　　𠊛　俵　　傷　　損　　傷
내가 사앙하는 사람이 상처 입는 것을 보면

anh lại thấy thương
俵　　吏　　篢　　傷
나 역시 안타까워지니까

> tổn thương 損傷 떤트엉/상처입다
> thấy thương 篢傷 터이트엉/안타까워하다

151

Tự trách cứ bản thân, chẳng giữ em ân cần,
自 責 拠 本 身, 丞 㝵 㛪 慇 懃
뜨 짜익 끄 반 턴, 짱 즈으 앰 언 껀
그저 스스로를 자책할 뿐, 널 세심히 지키지 못하네

giờ để người ta mặc em bước đi anh ân hận
晲 底 𠊚 些 袙 㛪 跛 𠫾 俫 慇 恨
져 데 응어이 따 막 앰 브억 디 아잉 언 헌
사람들이 널 입혀 걸어갈 때 난 후회하고 있네

tự trách 自責 뜨짜익/자책하다
cứ 拠 끄 /그냥
bản thân 本身(본신) 반턴 /스스로
giữ 㝵 즈어 /유지하다
ân cần 慇懃/주의깊게
để 底(저) 데 /두다
người ta 𠊚些 응어이따/사람들
mặc 袙 막 /입다
bước đi 跛𠫾/걷다
ân hận 慇恨 언헌/후회하다

19 Đừng Như Thói Quen
停如退慣
등녀토이펜/ 버릇처럼하지마

가수 : JayKii , Sara Lưu

Em từng là duy nhất
婋 層 罗 唯 一
앰 뜽 라 주이 녓
넌 언제나 나의 유일한

duy nhất 唯一 쥬이녓/유일한

Là cả khoảng trời trong anh
罗 哿 曠 歪 尶 㑋
라 까 쾅 쩌이 쫑 아잉
내 안의 모든 하늘이야

khoảng 曠 쾅/빈공간,대략
trời 歪 쩌이/하늘

Nhưng đến bây giờ anh vẫn như vậy
仍 㫻 悲 昹 㑋 吻 如 丕
녕 뗀 버이 져 아잉 번 녀 붜이
지금까지도 나에겐 여전히 그래

bây giờ 悲昹 버이져/지금
vẫn 吻 번 /여전히
như vậy 如丕 녀붜이/그처럼

Chỉ là cần một khoảng trống
只 罗 勤 乂 曠 㙫
찌 라 껀 못 쾅 쫑
단지 좀 공간이 필요할 뿐이지

cần 勤 껀 /필요한
khoảng trống 曠㙫 쾅쫑 /공간

Yêu chậm lại một chút
悸　躓　又　爻悗
이에우 쩜라이 못 쯧
사랑은 조금 천천히

　　　　　　　　chậm lại 躓又 쩜라이/미루다,느려지다
　　　　　　　　một chút 爻悗 못 쯧 /조금

Để biết ta cần nhau hơn
抵　別　搋　勤　憢　欣
데　비엣　따　껀　냐우　헌
우리 서로 더 가깝게 하려

　　　　　　　　　　　　đế 抵 데/ 놓다
　　　　　　　　　　Để biế 抵別 데비엣/알게하려고
　　　　　　　　　　　　ta 搋 따/우리
　　　　　　　　　　nhau 憢 냐우/서로
　　　　　　　　　　hơn 欣 헌 /더욱

Anh cũng rất sợ ta phải xa nhau
俀　拱　慄　懤搋沛　柂　憢
아잉 꿍　젓 서 따 파이 싸 냐우
나도 우리 헤어질까봐 무척 겁나요

　　　　　　　　　　sợ 懤 서/두려워하다
　　　　　　xa nhau 柂憢 싸 냐우/멀리 떨어진

Nhưng tình yêu không như lúc trước
仍　情　悸空　　如　眆爩
녕　　띤 이에우 콩　녀 룹 쯔억
이 사랑은 그 전과는 다르도록

　　　　　　　　không như 空如 콩녀/같지않다
　　　　　　　　tình yêu 情悸 띤이에우/사랑
　　　　　　　　lúc trước 眆爩 룹쯔억/그전에

154

Đừng để thời gian bên nhau là thói quen
停　　抵　時　間　　边　燒　罗　退　慣
등　　데 터이 쟌　　벤　냐우　라　토이 꿴
곁에 같이 있는 시간을 그저 습관인양 하지마
　　　　　　　　　bên nhau 边燒벤냐우/곁에 같이있다
　　　　　　　　　thói quen 退慣 토이꿴/습관, 버릇

Là ở cạnh bên nhưng rất xa xôi
罗　於　竟　　边　仍　　慄　柁　吹
곁에 있어도 정말 멀리 있는 듯
　　　　　　　　　　　ở 於 어/~에
　　　　　　　　　cạnh bên 竟边 까잉벤/옆
　　　　　　　　　　nhưng 仍 녕/그러나
　　　　　　　　　xa xôi 柁吹 싸쏘이/먼

Từng ngày cảm giác trong tim cứ thế phai đi
層　　晬　　感　覺　　𦳾　　心　拠　勢　沛　　迻
뜽　　응아이　깜　쟉　　쫑　　띰　끄　테　파이　디
하루하루 느낌이 마음 속에서 그저 지나가버려
　　　　　　　　　từng ngày 層晬 뜽응아이/하루하루
　　　　　　　　　　　　từng 層 뜽/~마다
　　　　　　　　　cảm giác 感覺/감각, 느낌
　　　　　　　　　cứ thế 拠勢 끄테/마냥

Lạc nhau ta đâu có hay
落　　燒　　撻　兜　固　哈
락　　냐우　따　더우　꼬　하이
우리 서로 어디서 멀어진건지
　　　　　　　　　　lạc 落 락/잃다
　　　　　　　　　đâu 兜 더우/어디
　　　　　　　　　có hay 固哈 꼬하이/~했는지

Đừng để yêu thương kia giờ là nỗi đau
停　抵懷傷　箕晗罗餒疠
등　데 이에우 트엉　끼어 저 라 노이다우
이 번의 사랑을 아픔으로 남게 하지마

kia 箕 끼어/저쪽, 저
yêu thương 懷傷 이에우트엉/사랑
nỗi đau 餒疠 노이다우/아픔

Cô đơn về nơi căn phòng ấy
孤單術坭間房　仪
꼬 던 붸 너이 깐 퐁　어이
외로움이 그 집으로 돌아오네

về 術 붸/돌아오다
cô đơn 孤單 꼬던/외로운
căn phòng 間房 깐퐁/방

Dành tất cả thanh xuân để thương một người
停　畢哿青春抵傷　爻　厹
자잉 떳 까 탕 쑤언 데 트엉　못 응어이
한 사람을 사랑하려 내 모든 청춘을 다 했네

dành 停 자잉 /내다, 모으다
tất cả 畢哿 떳 까 /전부, 모두
thanh xuân 青春 탕쑤언/청춘

Giờ chỉ còn là giấc mơ...
晗只群罗職瞞
저 찌 꼰 라 적 머
이젠 꿈일 뿐인 그 때

Giờ 晗 져/때, 시간
chỉ còn 只群 찌꼰/~일 따름이다
giấc mơ 職瞞 적 머/꿈

Anh từng là thế giới
俠　層　罗　世　界
아잉 뜽　라 테　져이
당신은 나의 전부 였어

thế giới 世界 테져이/세계

Là cả khoảng trời trong em
罗　哿　曠　丕　融　淹
라　까　쾅　쩌이 쫑　앰
내 안의 모든 하늘 이었어

Nhưng đến bây giờ lúc em cần
仍　　矺　悲　睬　眹　淹　勤
녕　　덴　버이 져　룹 앰　껀
그러나 지금 내가 필요로 하는 지금

cần 勤 껀 /필요하다

Anh như không quan tâm
俠　如　空　關　　心
아잉 녀　콩　꽌　　떰
당신은 관심이 없는 듯하네요

quan tâm 關心 꽌떰/관심

Chỉ cần dành một phút
只　勤　停　爻　發
찌　껀　자잉　못　풋
단 일분만 내면 되는 데

phút 發 풋/분

Để hỏi em về ngày hôm nay
抵　嗨　淹　術　時　歝　倉
데 호이 앰 뭬　응아이 홈 나이
오늘 내 어떻게 지냈냐 묻는 거는

hỏi 嗨 호이/묻다

Sao đến bây giờ em phải mong chờ
牢　跙　悲　唅　媕　沛　懞　徐
싸오 덴 버이 져 앰 파이 몽 쩌
왜 난 지금 기대해야 하는 거지

mong chờ 懞徐 몽쩌/기대하다

Một điều giản đơn đến thế
爻　調　簡　單　跙　勢
못 디에우 쟌 던 덴 테
이 토록 간단한 한 마디 말을

giản đơn 簡單 쟌던/간단한
đến thế 跙勢 덴테/이토록

Đừng để thời gian bên nhau là thói quen
停　抵　時　間　边　憢　罗　退　慣
등 데 터이 쟌 벤 냐우 라 토이 꿴
곁에 같이 있는 시간을 그저 습관인양 하지마

Là ở cạnh bên nhưng rất xa xôi
罗　於　竟　边　仍　慄　柁　吹
곁에 있어도 정말 멀리 있는 듯

Từng ngày cảm giác trong tim cứ thế phai đi
層　時　感　覺　𧗱　心　拠　勢　沛　迻
뜽 응아이 깜 쟉 쫑 띰 끄 테 파이 디
하루하루 느낌이 마음 속에서 그저 지나가버려

Lạc nhau ta đâu có hay
落　憢　拁　兜　固　哈
락 냐우 따 더우 꼬 하이
우리 서로 어디서 멀어진건지

Đừng để yêu thương kia giờ là nỗi đau
停 抵 悸 傷 箕 晗 罗 餒 疠
등 데 이에우 트엉 끼어 져 라 노이다우
이 번의 사랑을 아픔으로 남게 하지마

Cô đơn về nơi căn phòng ấy
孤 單 術 坭 間 房 仒
꼬 던 뷔 너이 깐 퐁 어이
외로움이 그 집으로 돌아오네

Dành tất cả thanh xuân để thương một người
停 畢 奓 青 春 抵 傷 爻 馭
자잉 떳 까 탕 쑤언 데 트엉 못 응어이
한 사람을 사랑하려 내 모든 청춘을 다 했네

Giờ chỉ còn là giấc mơ...
晗 只 群 罗 職 瞞
져 찌 꼰 라 젹 머
이젠 꿈일 뿐인 그 때

Nếu như một ngày có quay trở lại
叮 如 爻 馰 固 乖 跋 吏
네우 녀 못 응아이 꼬 꽈이 쩌 라이
만약 다시 돌아갈 날이 온다면

nếu 叮 네우 /만약에
quay 乖 꽈이/돌다
trở lại 跋吏 쩌라이/되돌아오다
lại 吏 라이 /다시. 또

159

Liệu vẫn còn đâu lời yêu lúc xưa
料　吻　群　兜　咍　憛　眜　䁗
리에우 번 꼰 더우 러이 이에우 룹 쓰어
아마 여전히 이전의 사랑의 말은 없는 거겠지

liệu 料 리에우/아마도~일까?

vẫn 吻 번 /여전히

còn đâu 群兜 꼰더우/이제는 ~없다

lúc xưa 眜䁗 룹쓰어/예전, 옛날

Em dành tất cả thanh xuân chỉ để yêu anh thôi
㛪　停　畢　哿　青　春　只　抵　憛　㑲　催
앰 자잉 떳 까 탕 쑤언 찌 데 이에우 아잉 토이
난 모든 청춘으로 당신을 사랑하는데 바쳤네

Sao giờ chẳng thể nào chạm tới
牢　眜　丞　世　芾　搇　細
사오 져 짱 테 나오 짬 떠이
왜 지금 이렇게 되어버린거야

thể nào 世芾 테나오/반드시

chạm tới 搇細 짬떠이/이르다

Sao ta chẳng thể hiểu cho nhau
牢　扡　丞　世　曉　朱　憢
사오 따 짱 테 히에우쪼 냐우
왜 우린 서로를 이해하지 못하는 거야

hiểu 曉 히에우/이해하다

Anh vẫn mong bên em
㑲　吻　懞　边　㛪
아잉 번 몽 벤 앰
난 여전히 니 곁을 원해

160

Chỉ là phút giây có khi mỏi mệt
只 罗 發 之 固 欺 痗 蔑
찌 라 풋 져이 꼬 키 모이 멧
단 지 난 항상 피곤할 뿐

phút giây 發之 풋져이/분초
mỏi mệt 痗蔑 모이멧/매우 피곤한

Biết nỗi nhớ chẳng thể kéo ký ức quay về
別 餒 妑 丞 世 揢 記 憶 乖 術
비엣 노이녀 짱 테 깨오 끼 윽 꽈이 붸
추억한다고 기억이 돌아올 수 없는 건 알아료

nỗi nhớ 노이녀/추억, 향수
kéo 揢 깨오/잡아당기다
ký ức 記憶 끼윽/기억
quay về 꽈이붸/되돌리다

Nên tập quên dù biết sẽ đau
铖 习 慣 呦 別 哠 彷
넨 떱 꿴 주 비엣 쌔 다우
그러므로 아플 것을 알아도 습관을 들여야해

nên 铖 넨/그래서
tập quên 떱꿴/습관들이다
đau 彷 다우/아픈
dù 呦 주/비록~이지만

Đừng để thời gian bên nhau là thói quen
停 抵 時 間 边 憹 罗 退 慣
등 데 터이 쟌 벤 냐우 라 토이 꿴
곁에 같이 있는 시간을 그저 습관인양 하지마

Là ở cạnh bên nhưng rất xa xôi
罗 於 竟 边 仍 慄 柁 吹
라 어 까잉 벤 녕 젓 싸 쏘이
곁에 있어도 정말 멀리 있는 듯

Từng ngày cảm giác trong tim cứ thế phai đi
層 畤 感 覺 融 心 拠 勢 沛 迻
뜽 응아이 깜 쟉 쫑 띰 끄 테 파이 디
하루하루 느낌이 마음 속에서 그저 지나가버려

Lạc nhau ta đâu có hay
落 憢 蛈 兜 固 哈
락 냐우 따 더우 꼬 하이
우리 서로 어디서 멀어진건지 (ta đâu có hay)

Đừng để yêu thương kia giờ là nỗi đau
停 抵 悽 傷 箕 晠 罗 餒 疠
등 데 이에우 트엉 끼어 져 라 노이다우
이 번의 사랑을 아픔으로 남게 하지마

Cô đơn về nơi căn phòng ấy
孤 單 術 坭 間 房 伙
꼬 던 붸 너이 깐 퐁 어이
외로움이 그 집으로 돌아오네

Dành tất cả thanh xuân để thương một người
停 畢 㕯 青 春 抵 傷 爻 𠊚
자잉 떳 까 탕 쑤언 데 트엉 못 응어이
한 사람을 사랑하려 내 모든 청춘을 다 했네

Giờ chỉ còn là giấc mơ...

晗　只　群　罗　瞰　　瞞
져　　찌　꼰　라　젹　　머
이젠 꿈일 뿐인 그 때

(Còn là giấc mơ...)

20 Ai Là Người Thương Em
埃罗趴傷媕
아이라응어이트엉앰/널 사랑하는 사람

가수 : Quân A.P

Người con gái anh từng yêu sao rồi?
趴　孲　�俵　層　愯　牢耒
응어이 꼰　가이 아잉 뜽 이에우 사오조이
당신이　사랑했었던 그 여자는 어때요?

　　　　　　　　　　　　từng 層 뜽 /~했었다
　　　　　　　　　　con gái 孲妏 꼰가이/여자
　　　　　　　　　sao rồi 牢耒 사오조이/어떻다

Có một mình đi dưới mưa lúc buồn
固　乂　舲　扌邧　湄　昳　恦
꼬　못　밍　디 즈어이 므어 룹 부온
슬플 때 빗 속을 혼자서 걷죠

　　　　　　　　một mình 乂舲 못밍/혼자
　　　　　dưới mưa 邧湄 즈어이므오/빗속
　　　　　　　　　　　lúc 昳 룹/~때
　　　　　　　　　buồn 恦 부온/슬픈

Lệ còn rơi khi ngồi xem thước phim buồn
淚　群　秄　欺　坐　眐　托　phim 恦
레 꼰 저이 키 응오이 샘　특 핌 부온
슬픈 영화를 보러가서는 눈물 흘렸지

　　　　　　　　　　　lệ 淚 레/눈물
　　　　　　　　　rơi 秄 저이/흐르다
　　　　　　　　ngồi 坐 응오이/앉다
　　　　　　　　　xem 眐 샘/보다

Ôm thật chặt vào ai khóc như đứa trẻ
掩 實 秩 皰 埃哭 如 孩 祕
옴 텃 짯 봐오아이 콥 녀 드어째
아이처럼 우는 사람을 꼭 껴안아줘요

> ôm 掩 옴/껴안다
> thật chặt 實秩 텃짯/꼭
> vào 皰 바오/들어오다,~부터
> đứa trẻ 孩祕 드어째/아이

Người con gái anh từng yêu quên rồi
𠊚 㛪 姅 偀 層 腰 唄 耒
응어이 꼰 가이 아잉 뜽 이에우 꿴 조이
내 사랑했었던 그 여자는 잊어버렸어

> quên 唄 꿴/잊다

Có những chiều tay nắm tay ngóng đợi
固 仍 嘲 秮 捻 秮 䁾 待
꼬 녕 찌에우 따이남 따이 응옹 더이
손 깍지끼고 고대하던 그 오후들

> chiều 嘲 찌에우/오후
> nắm tay 捻秮 남따이/손잡고
> ngóng 䁾 응옹/고대하다
> đợi 待 더이/기다리다

Hoàng hôn xuống ta kề vai nói những lời
黃 昏 迊 㩡 俱 腜 吶 仍 唻
호앙 혼 쑤옹 따 께 봐이 노이 녕 러이
황혼녘 우리는 어깨같이하며 많은 이야기를 했어

> hoàng hôn 黃昏 호앙혼/황혼,석양

165

xuống 迍 쑤옹/내려오다
kề vai 俱輫께봐이/어깨를 나란히
nói 吶 노이 /말하다
lời 咥 러이 /말

Rằng đôi ta sẽ chỉ cần nhau thôi
浪　 對摌 吶 只 勤 撓 催
장　 도이따 쌔 치 껀　 냐유 토이
우리 둘에겐 서로만 있으면 된다고요

rằng 浪 장 /~한다고, ~이라고
đôi ta 對摌 도이따/두 사람

Hà ha ha ha há ha hà ha
하하하하하하하하하하

Cô gái anh yêu hay quan tâm anh
姑 妗 俠 愞 哈 關 心 俠
꼬 가이 아잉 이에우 하이 꽌떰 아잉
내가 사랑한 여자는 또 나에게 관심주고

và nhắc anh bao điều
吧 摵 俠 包 調
봐 냑 아잉 바오 디에우
많은 것을 추켜세우죠

nhắc 摵 냑/추켜세우다
điều 調 디에우/것, 일, 말

Em thích hoa hồng và mùa đông,
媕 適 花 紅 吧 務 冬
앰 틱 호아 홍 봐 무어동

được anh ôm phía sau lưng

得 俍 掩 䙄 𦓹 𦨂
드억 아잉 옴 피어싸우 릉
넌 장미도 좋아하고 겨울도 좋아했지,
내가 등 뒤로 안아주는 걸 좋아했고

hoa hồng 花紅 호아홍/장미
mùa đông 务冬 무어동/겨울철
phía sau 䙄𦓹 피어싸우/뒷편에
lưng 𦨂 룽/등

Em nói bên anh qua bao nơi em cảm thấy
俺 吶 邊 俍 過 包 坭 俺 感 𧡢
앰 노이 벤 아잉 꽈 바오 너이 앰 깜터이
rất nhẹ nhàng
慄 軥 讓
젓 니애 냥
넌 내 곁을 지나가면 마음이 정말 가벼워진다고 했지

qua bao 過包 꽈바오/다니다
cảm thấy 感𧡢 깜터이/느끼다
nhẹ nhàng 軥讓 니애냥/가볍다

Vậy giờ ai là người cho em yên bình?
丕 㫢 埃 罗 𠊛 朱 俺 安 平
그러면 이제 네게 평안을 줄 사람은 누구?

vậy giờ 丕㫢 붜이져/이제,지금
yên bình 安平 안빙/평안

Em muốn xa anh khi yêu thương đang gìn giữ vẫn
俺 憫 柂 俍 欺 慄 傷 當 吲 𡨧 吻
앰 무온 싸 아잉 키 이에우트엉 당 진 즈어 번
an lành
安 寧
安 寧

안 라잉
내 사랑 아직 안전하고 안녕한 때 당신 떠나고 싶어

xa 柁 (세녤 사) 싸 /멀다, 아득하다

khi 欺 키 /~때

yêu thương 悽傷 이에우트엉/사랑

giữ gìn 苧吲 즈어진 /보호하여 지키다

vẫn 吻 번 /여전히

an lành 안라잉/안녕하다

Xoá những hi vọng một tình yêu và hai trái tim xanh
舍　仍　希望　爻　情悽　吧　匕　債　心　靑
소아 녕　히봉　못　떤　이에우 봐 하이 짜이띰 사잉
사랑 하나와 푸른 두 마음의 희망을 지워

xoá 舍 소아/지우다

những 仍 녕 / 명사앞 복수형(들)

tình yêu 情悽 떤이에우/사랑

trái tim 債心 짜이띰/마음

xanh 靑 싸잉/푸른

Quên hết bao năm đi bên em anh thật không thể làm được
唁　歇　包薢　迻辺　媕　俵　實　空　勢　灬得
꿴　헷　바오남　디 벤　앰　아잉 텃 콩 테람드억
너와 함께한 몇년간을 다 잊는다는 건 난 정말 못해

hết 歇 헷 /모두

bao năm 包薢 바오남/몇년간

không thể 空勢 콩테/~할 수 없다

Người mình thương giờ chẳng nhớ tên quen thuộc
馭　軂　傷　晞　丞　忲　觬　慣　屬
응어이 밍　트엉　져　짱　녀 뗸 꿴 트억
내가 사랑하는 사람은 익숙한 이름을 기억하지 못해

nhớ 忲 녀 /기억하다

tên 𠸛 뗀/이름
quen thuộc 慣屬 꿰트억/익숙한

Người con gái anh từng yêu quên rồi
𠊛　昆　妸　俠　層　憭　𧦆　耒
응어이 꼰　가이 아잉 뜽 이에우 꿴조이
한때 사랑했던 여자를 잊어버렸네

Có những chiều tay nắm tay ngóng đợi
固　仍　晁　𢬣　捻　𢬣　眮　待
꼬 녕　　찌에우 따이남 따이 응옹 더이
손 깍지끼고 고대하던 그 오후들

Hoàng hôn xuống ta kề vai nói những lời
黃　昏　迍　摓　俱　𥢄　吶　仍　𠳒
호앙　혼　쑤옹　따 께 봐이 노이 녕　러이
황혼녘 우리는 어깨같이하며 많은 이야기를 했어

Rằng đôi ta sẽ chỉ cần nhau thôi
浪　對　摓　呮　只　勤　憢　催
장　도이따 쌔 치 껀　냐우 토이
우리 둘에겐 서로만 있으면 된다고요

하하하하하하하하하
Hà ha ha ha há ha há ha hà

(có phải sở thích của anh là đánh người đúng không?)
固　沛　所　適　貼　俠　罗　打　𠊛　卑　空
꼬 파이 써　틱 꾸어 아잉라 다잉 응어이 둥 콩?
당신 취미는 사람 치는 거였죠, 그렇죠?

169

Sở thích 所適 써틱 /취미
của 貼 꾸어 /~의
đánh 打 다잉 / 치다
đúng 宰 둥 / 정확한

Cô gái anh yêu hay quan tâm anh
姑 媄 偊 悷 哈 關 心 偊
꼬 가이 아잉 이에우 하이 꽌떰 아잉
내가 사랑한 여자는 또 나에게 관심주고

và nhắc anh bao điều
吧 撒 偊 包 調
봐 냑 아잉 바오 디에우
많은 것을 추켜세우죠

Em thích hoa hồng và mùa đông,
媕 適 花 紅 吧 務 冬
앰 틱 호아 홍 봐 무어동

được anh ôm phía sau lưng
得 偊 掩 殨 骳 骹
드억 아잉 옴 피어싸우 릉
넌 장미도 좋아하고 겨울도 좋아했지,
내가 등 뒤로 안아주는 걸 좋아했고

Em nói bên anh qua bao nơi em cảm thấy
媕 吶 边 偊 過 包 坭 媕 感 覿
앰 노이 벤 아잉 꽈 바오 너이 앰 깜터이

170

rất nhẹ nhàng

慄 輒 讓

젓 니애 냥

넌 내 곁을 지나가면 마음이 정말 가벼워진다고 했지

Vậy giờ ai là người cho em yên bình?

丕 晬 埃 罗 猌 朱 淹 安 平

그러면 이제 네게 평안을 줄 사람은 누구?

Em muốn xa anh khi yêu thương đang gìn giữ vẫn

淹 憫 柂 俠 欺 悷 傷 當 吲 竻 吻

앰 무온 싸 아잉 키 이에우트엉 당 진 즈어 번

an lành

安 寧

안 라잉

내 사랑 아직 안전하고 안녕한 때 당신 떠나고 싶어

(mày còn nhớ tao không?)

(猸 群 忟 僗 空?)

(머이 꼰 녀 따오 콩?)

(아직도 날 그리워하나요?)

> mày 猸 머이/당신
> còn 群 꼰/아직
> nhớ 忟 녀/그리워하다
> tao 僗 따오/나

Xoá những hi vọng một tình yêu và hai trái tim xanh

舍 仍 希 望 爻 情 悷 吧 兡 債 心 青

소아 녕 히봉 못 띤 이에우 봐 하이 짜이떰 사잉

사랑 하나와 푸른 두 마음의 희망을 지워

Quên hết bao năm đi bên em anh thật không thể làm được

幀 歇 包 薜 趍 辺 娷 俸 實 空 勢 ⼞ 得
꿴 헷 바오남 디 벤 앰 아잉 텃 콩 테 람 드억
너와 함께한 몇년간을 다 잊는다는 건 난 정말 못해

Người mình thương giờ chẳng nhớ tên quen thuộc
𠊛 躺 傷 晗 丞 忕 㜒 慣 屬
응어이 밍 트엉 져 짱 녀 뗀 꿴 트억
내가 사랑하는 사람은 익숙한 이름을 기억하지 못해

Cô gái anh yêu hay quan tâm anh
姑 妸 俸 憪 哈 關 心 俸
꼬 가이 아잉 이에우 하이 꽌떰 아잉
내가 사랑한 여자는 또 나에게 관심주고

và nhắc anh bao điều
吧 捼 俸 包 調
봐 냑 아잉 바오 디에우
많은 것을 추켜세우죠

Em thích hoa hồng và mùa đông,
娷 適 花 紅 吧 務 冬
앰 틱 호아 홍 봐 무어동

được anh ôm phía sau lưng
得 俸 掩 牘 𧵑 𦝄
드억 아잉 옴 피어싸우 릉

넌 장미도 좋아하고 겨울도 좋아했지,
내가 등 뒤로 안아주는 걸 좋아했고

172

Em nói bên anh qua bao nơi em cảm thấy
婨 吶 边 俟 過 包 坭 婨 感 篤
앰 노이 벤 아잉 꽈 바오 너이 앰 깜터이

rất nhẹ nhàng
慄 輶 讓
젓 니애 냥
넌 내 곁을 지나가면 마음이 정말 가벼워진다고 했지

Vậy giờ ai là người cho em yên bình?
丕 晬 埃 罗 馭 朱 婨 安 平
그러면 이제 네게 평안을 줄 사람은 누구?

Em muốn xa anh khi yêu thương đang gìn giữ vẫn
婨 憫 柂 俟 欺 懙 傷 當 吲 苧 吻
앰 무온 싸 아잉 키 이에우트엉 당 진 즈어 번

an lành
安 寧
안 라잉
내 사랑 아직 안전하고 안녕한 때 당신 떠나고 싶어

Xoá những hi vọng một tình yêu và hai trái tim xanh
舍 仍 希 望 爻 情 愯 吧 㐌 債 心 青
소아 녕 히봉 못 띤 이에우 봐 하이 짜이띰 사잉
사랑 하나와 푸른 두 마음의 희망을 지워

Quên hết bao năm đi bên em anh thật không thể làm được
噴 歇 包 軬 迻 边 婨 俟 實 空 勢 巴 得

173

꿴 헷 바오남 디 벤 앰 아잉 텃 콩 테 람드억

너와 함께한 몇년간을 다 잊는다는 건 난 정말 못해

Người mình thương giờ chẳng nhớ tên quen thuộc
𠊚 𥄬 傷 𣇞 丞 忟 㕥 慣 屬
응어이 밍 트엉 져 짱 녀 뗀 꿴 트억
내가 사랑하는 사람은 익숙한 이름을 기억하지 못해

Người mình thương giờ chẳng nhớ tên quen thuộc
𠊚 𥄬 傷 𣇞 丞 忟 㕥 慣 屬
응어이 밍 트엉 져 짱 녀 뗀 꿴 트억
내가 사랑하는 사람은 익숙한 이름을 기억하지 못해